आपल्या
स्नेहीजनांना
पुस्तके
भेट द्या

राजर्षी शाहू, कर्मवीर भाऊराव पाटील आणि प्रबोधनकार ठाकरे

डॉ. जयसिंगराव भाऊसाहेब पवार

AA000938

मेहता पब्लिशिंग हाऊस

RAJARSHI SHAHU, KARMAVEER BHAURAO PATIL ANI PRABODHANKAR THAKARAY by DR. JAYSINGRAO PAWAR

राजर्षी शाहू, कर्मवीर भाऊराव पाटील आणि प्रबोधनकार ठाकरे / संशोधनात्मक

© डॉ. जयसिंगराव भाऊसाहेब पवार

'शिवतेज' १०८, साने गुरुजी वसाहत, राधानगरी रोड,
कोल्हापूर - ४१६०१२. ✆ (०२३१) २३२२६४२

प्रकाशक : सुनील अनिल मेहता, मेहता पब्लिशिंग हाऊस,
१९४१ सदाशिव पेठ, माडीवाले कॉलनी, पुणे - ३०

मुखपृष्ठ : चंद्रमोहन कुलकर्णी

प्रकाशनकाल: २९ जुलै, २००७ /
मेहता पब्लिशिंग हाऊस यांची सुधारित द्वितीयावृत्ती : मार्च, २०१८

P Book ISBN 9789387789319
E Book ISBN 9789387789326
E Books available on : play.google.com/store/books
www.amazon.in

माझे सन्मित्र...
श्री. सुरेश शिपूरकर
यांच्यातील सत्यशोधकास...

दोन शब्द

या छोट्याशा पुस्तिकेची निर्मिती म्हणजे, एक छोटासा योगायोगच आहे. काही दिवसांपूर्वी आमचे एक मित्र आणि रयत शिक्षण-संस्थेतील एक प्राध्यापक श्री. महावीर मुळे यांनी लिहिलेले 'सत्यशोधक प्रबोधनकार आणि कर्मवीर' हे पुस्तक माझ्याकडे आणून दिले आणि त्याला मी प्रस्तावना लिहावी, असा आग्रह केला. प्रबोधनकार व कर्मवीर म्हणजे, महाराष्ट्राच्या जडणघडणीतील कर्ते सुधारक, खरे सत्यशोधक. या दोघांचा राजर्षी शाहू छत्रपतींशी फार निकटचा व जिव्हाळ्याचा स्नेहबंध होता. प्रबोधनकार हे शाहू छत्रपतींच्या समाजसुधारणा चळवळीतील त्यांचे एक खंदे सहकारी, तर कर्मवीर हे छत्रपतींच्या बहुजनांच्या शिक्षण क्षेत्रातील कार्याचा वारसा समर्थपणे पुढे नेणारे त्यांचे शिष्योत्तम. या दोघांचे कार्य सांगणाऱ्या चरित्रग्रंथाला प्रस्तावना लिहिणे, हे माझ्या दृष्टीने शाहू-चरित्राचा एक अभ्यासक या नात्याने कर्तव्यच होते. त्यामुळे, मी प्रा. मुळे यांची विनंती आनंदाने स्वीकारली.

खरे तर 'शाहू स्मारक ग्रंथा'चे काम हातावेगळे केल्यापासून या दोघा सत्यशोधकांवर, विशेषत: त्यांच्या शाहू छत्रपतींशी असलेल्या संबंधांवर लिहावे, असा विचार माझ्या मनात अनेकदा आला होता; पण संशोधन-लेखनाच्या कामात मी इतका व्यग्र होऊन गेलो होतो की, त्या माझ्या आवडत्या विचाराला न्याय द्यायला सवडच मिळाली नव्हती आणि आता जेव्हा प्रा. मुळे मला प्रस्तावनेचा आग्रह करत होते, तेव्हा मी संधी गमवायची नाही असे ठरविले आणि त्या दृष्टीने कामाला लागलो.

पण त्याचे झाले असे की, या तिन्हीही व्यक्ती माझ्या खास

आवडीच्या असल्याने प्रा. मुळे यांच्या पुस्तकाला लिहिलेली प्रस्तावना बरीच मोठी झाली. एवढी दीर्घ प्रस्तावना त्यांच्या पुस्तकासाठी देणे प्रशस्त वाटेना. शेवटी, तयार केलेली प्रस्तावना बाजूला ठेवून त्यांच्या पुस्तकासाठी पाच-सहा पानांची स्वतंत्र छोटी प्रस्तावना मी लिहून दिली. मुंबईत शिवसेनाप्रमुख बाळासाहेब ठाकरे यांच्या हस्ते प्रा. मुळे यांच्या पुस्तकाचे प्रकाशन झाले, त्या प्रसंगी लेखकासोबत मीही उपस्थित होतो.

आता, या निमित्ताने लिहिलेली मला प्रदीर्घ वाटणारी प्रस्तावना पुस्तिकेच्या रूपाने प्रकाशित करायचे मी ठरविले. त्यानुसार, ती वाचकांच्या हाती देताना मला आनंद होत आहे. या प्रस्तावना लेखासोबत प्रबोधनकारांनी शाहू छत्रपतींच्या निधनानंतर त्यांच्या कार्यावर 'प्रबोधना'त लिहिलेला मृत्युलेख, कर्मवीरांचे शिष्योत्तम प्राचार्य बॅ. पी. जी. पाटील यांनी शाहू छत्रपती आणि कर्मवीर या गुरू-शिष्यांवर लिहिलेला अप्रतिम लेख मी परिशिष्टात देत आहे. हे दोन्ही लेख माझ्या 'राजर्षी शाहू स्मारक ग्रंथा'त २००१ साली प्रकाशित झालेले आहेत; पण तो ग्रंथ आता दुर्मिळ झाला आहे. तथापि, या लेखांमुळे प्रस्तुत विषयाला अधिक न्याय मिळेल, या उद्देशाने त्यांचे पुनर्मुद्रण येथे केले आहे.

उपरिनिर्दिष्ट तीन थोर पुरुष म्हणजे, आधुनिक महाराष्ट्राचे शिल्पकारच होत. पैकी शाहू छत्रपती व कर्मवीर भाऊराव पाटील यांच्यावर बरेच संशोधन झाले आहे. साहित्यही निर्माण झाले आहे. त्या मानाने प्रबोधनकार हे एक अष्टपैलू व्यक्तिमत्त्व असूनही ते मात्र अद्यापि उपेक्षित राहिले आहेत. त्यांच्यासारखा तिखट व जहाल लेखणीचा विचारवंत व सुधारक आधुनिक महाराष्ट्राच्या इतिहासात अन्य कोणी झालेला नाही, असे माझे प्रांजळ मत आहे. कदाचित, याच त्यांच्या लेखन वैशिष्ट्यांमुळे ते महाराष्ट्रातील पंडित वर्गाकडून उपेक्षित राखले गेले असावेत.

तेव्हा, अशा प्रबोधनकारांच्या चरित्राकडे नव्या पिढीतील तरुण संशोधकांचे लक्ष वेधावे, हाही ही पुस्तिका प्रकाशित करण्यामागचा एक महत्त्वाचा हेतू आहे. तो सफल झाला, तर मला मोठा आनंद होईल.

ही पुस्तिका आमचे एक सन्मित्र व महाराष्ट्रातील एक सामाजिक

कार्यकर्ते श्री. सुरेश शिपूरकर यांना अर्पण करत आहोत. फुले-शाहू-आंबेडकर यांच्या विचारांचा व कृतींचा वारसा आपल्या परीने त्यांनी प्रसिद्धिपराङ्मुख राहून पुढे चालविला आहे. एका अर्थाने ते खरे 'सत्यशोधक'च आहेत.

दि. ३१ ऑक्टोबर, २००६   — डॉ. जयसिंगराव पवार,
                                                                         कोल्हापूर

अनुक्रमणिका

राजर्षी शाहू, कर्मवीर भाऊराव पाटील आणि प्रबोधनकार ठाकरे

राजर्षी शाहू छत्रपती महाराज यांच्या चरित्रात कर्मवीर भाऊराव पाटील आणि प्रबोधनकार केशव सीताराम ठाकरे या दोघा सत्यशोधकांचे स्थान वैशिष्ट्यपूर्ण आहे. या तिघांची कार्यक्षेत्रे भिन्न भिन्न असली, तरी त्यांची वाटचाल एकमेकांच्या कार्यास पूरक ठरली. हे तिघेही एकमेकांशी आत्मीयतेच्या भावबंधांनी बांधलेले होते. त्यांच्यात अनेकदा वैचारिक मतभेद झाले, तरी ते एकमेकांच्या कार्याचे सामाजिक महत्त्व जाणत होते. म्हणूनच, आपसांतील वादाचे मुद्दे किंवा प्रसंग त्यांनी संबंध तुटेपर्यंत कधीच ताणले नाहीत. कारण, असे संबंध तुटण्यात त्यांच्या वैयक्तिक नुकसानीपेक्षा समाजाचीच हानी अधिक होणार होती, याची त्यांना पूर्ण जाण होती.

तिघांतील परस्परांच्या संबंधांचे स्वरूप

शाहू छत्रपती, प्रबोधनकार व कर्मवीर यांच्या परस्परांशी असणाऱ्या संबंधांचे स्वरूप प्रथम जाणून घ्यायला हवे. प्रबोधनकारांकडे बघण्याचा महाराजांचा दृष्टिकोन 'ब्राह्मणशाहीच्या विरोधात पुकारलेल्या लढाईतील आपला एक बिनीचा सहकारी' हा होता. महाराजांच्या गोटात भास्करराव जाधव, आण्णासाहेब लट्ठे, महादेव डोंगरे यांसारखे ब्राह्मणशाहीच्या दंभावर हल्ले करणारे, ब्राह्मण-विद्वानांच्या तोडीस तोड असणारे, रथी-महारथी कार्यकर्ते होते हे खरे; पण ते शेवटी कोल्हापूर दरबारचे

सेवक होते. प्रबोधनकारांचे तसे नव्हते. ते ब्राह्मणशाहीशी लढणारे एकांडे शिलेदार होते. त्यांना उत्तेजन देणे, पाठबळ देणे हे आपले सामाजिक कर्तव्य आहे, असे महाराजांना वाटत होते. त्यातूनच प्रबोधनकारांचे व महाराजांचे जे संबंध निर्माण झाले, ते मित्रत्वाचे, प्रेमाचे व सहकार्याचे होते. बहुजनांचा उद्धारकर्ता, दीनदुबळ्यांचा तारणहार म्हणून महाराजांकडे प्रबोधनकार पाहत होते. असे असले तरी, ते त्यांचे अनुयायी झालेले नव्हते. प्रसंग उद्भवलाच तर, त्यांच्याशी मतभेद व्यक्त करण्याचे स्वातंत्र्य त्यांनी आपल्याकडे अबाधित ठेवले होते.

कर्मवीर भाऊराव पाटलांची गोष्ट वेगळी होती. ते आपल्या वाटचालीत शाहू महाराज व प्रबोधनकार या दोघांनाही गुरू मानत होते. कर्मवीरांच्या शिक्षणप्रसाराच्या कार्यात मनापासून साथ देणारे प्रबोधनकार हे खरे म्हणजे, त्यांचे ज्येष्ठ स्नेही, एक हितचिंतक आणि मार्गदर्शक सहकारी; परंतु भाऊरावांनी त्यांना आपले 'गुरू' असे संबोधून आपल्या हृदयातील त्यांचे आदराचे स्थान स्पष्ट केले होते.

भाऊरावांकडे बघण्याची शाहू महाराजांची दृष्टी केवळ ममत्वाची व आत्मीयतेची होती. डांबर प्रकरणात या तरुण कार्यकर्त्यावर आपल्या राज्यात अन्याय-अत्याचार झाला, याची खंत महाराजांना शेवटपर्यंत होती. डांबर प्रकरणातील कटू भावना दूर ठेवून भाऊराव मनात काहीच किल्मिष न ठेवता वागताहेत, हे पाहिल्यावर ही खंत अधिकच गहिरी झाली असणार. अज्ञानी बहुजन समाजात शिक्षणप्रसार करण्याचे आपलेच व्रत भाऊराव ब्रिटिश मुलखात करत आहेत, या गोष्टीचा महाराजांना मोठा आनंद होत होता.

तिघांच्या कार्याची कौटुंबिक पार्श्वभूमी

शाहू छत्रपती, कर्मवीर आणि प्रबोधनकार या तिघांच्या कार्याची कौटुंबिक पार्श्वभूमी एकसारखी नाही. महाराजांचे घराणे हे राजघराणे आहे आणि हे काही सामान्य राजघराणे नाही; ते हिंदवी स्वराज्य संस्थापक शिवाजी महाराज यांचे छत्रपतींचे घराणे आहे. या घराण्याबद्दल समस्त महाराष्ट्राला एक प्रकारचा आदरभाव होता. कोल्हापूरची छत्रपतींची गादी हे एक समस्त मराठी मुलखाचे श्रद्धास्थान होते; साहजिकच महाराष्ट्राचे, मराठी समाजाचे स्वाभाविक नेतृत्व महाराजांकडे येत होते.

तथापि, कोल्हापूरच्या राजपरिवाराचा विचार करता तेथील वातावरण जुन्या वळणाचे, सनातनी विचारांनी भारावलेले होते. राजपरिवारात जातिभेदाचे, स्पृश्यास्पृश्यतेचे सर्व नियम कसोशीने पाळले जात होते. प्रत्येकाने आपल्या पूर्वापार रूढी-अनुसार, आपल्या जातिधर्मानुसार वागले पाहिजे, यावर राजवाड्यातील राज्ञी परिवाराचा मोठा कटाक्ष होता. बाल शाहूराजांना या संस्कारातच वाढविले जात होते.

या संदर्भात शाहू महाराजांचे इंग्रज शिक्षक सर फ्रेझर यांची आठवण देण्यासारखी आहे. शाहू महाराज व त्यांचे सोबती हे जेव्हा फ्रेझर साहेबांबरोबर स्वारीशिकारीस बाहेर पडत, तेव्हा दुपारचे भोजन ते वेगवेगळ्या झाडांखाली बसून घेत. आपल्या या शिष्याने आपल्या घरी एकदाही चहा घेतलेला नाही, याचा निर्वाळा साहेब मजकुरांनी आपल्या आठवणीत दिला आहे![१]

आपल्या बालवयात आपल्यावर कसे कर्मठ संस्कार केले जात होते, याची स्पष्ट कबुली पुढे महाराजांनी एका जाहीर सभेत दिली आहे. ते म्हणाले होते, "मी प्रथमत: जुन्या मताचा कट्टा अभिमानी होतो. जातिभेद कायम राहिला पाहिजे व पाळला पाहिजे, असे माझे मत असे. अशा दुराभिमानाने इतरांची उन्नती होण्याच्या मार्गात मी अडथळा ठरतो आहे, याची मला जाणीव नसे!"[२]

अशा प्रकारच्या मध्ययुगीन बुरसटलेल्या विचारांचा कोश फाडून महाराज त्यातून बाहेर पडले आणि त्यांनी पुढे जातिभेद हाच समाजाचा सर्वांत भयंकर शत्रू मानला. ही बाब कौतुकाचीच नव्हे; तर आश्चर्याचीही मानली पाहिजे!

त्या काळातील राजपरिवाराची ही अशी मानसिकता होती, तर खेड्यापाड्यांतील घराघरांतून काय मानसिकता असू शकेल, याची आपण कल्पना करू शकतो. कर्मवीर भाऊराव पाटलांचे वडील जैन समाजातील एक सुशिक्षित गृहस्थ होते हे खरे; पण त्यांच्या घरातील वातावरण इतर जैन समाजासारखे कर्मठच होते.

इस्लामपुरातील शाळेजवळून एकदा भाऊराव निघाले होते. त्यांचे लक्ष शाळेकडे गेले. पाहतात, तो एक मुलगा वर्गाच्या बाहेर बसून शिकत होता. भाऊराव शाळेत गेले आणि त्यांनी गुरुजींना याचा जाब विचारला. हा महाराचा मुलगा, त्यास आत कसे घेता येईल, या

गुरुजींच्या उत्तराबरोबर भाऊरावांनी त्यांच्याशी बरीच हुज्जत घातली; पण गुरुजी आपला हेका सोडणार नाहीत, हे लक्षात आल्यावर त्या मुलाला घेऊन ते तडक आपल्या घरी आले. त्याला जेवूखाऊ घातले आणि कोल्हापूरला आणून शाहू महाराजांनी स्थापन केलेल्या मिस क्लार्क बोर्डिंगमध्ये दाखल केले.

दरम्यान, शाळेतील मुलांनी भाऊरावांच्या घरी जाऊन त्यांच्या आईजवळ चुगली केली. 'आपल्या दिवट्या पोराने सारे घर विटाळले' हे पाहून तिचा संताप अनावर झाला आणि भाऊरावांनी घरी पाऊल टाकताच तिने चुलीजवळची फुकणी हातात घेऊन भाऊरावांची पाठ शेकून काढली![३]

शाहू छत्रपतींची राजवाड्यातील आई काय अथवा भाऊरावांची पाटलांच्या वाड्यातील आई काय, ह्या एकाच वर्णश्रेष्ठत्वाच्या मानसिकतेच्या मुशीतून घडल्या होत्या.

भाऊरावांच्या वडलांनी त्यांना हायस्कूल शिक्षणासाठी कोल्हापुरी जैन बोर्डिंगमध्ये ठेवले होते. तिथेही कर्मठपणाचेच संस्कार होते. वर उल्लेख केलेल्या मिस क्लार्क बोर्डिंगच्या उद्‌घाटनाला भाऊराव हजर राहिले होते. हे बोर्डिंग शाहू महाराजांनी अस्पृश्यांच्या मुलांसाठी सुरू केले होते. अशा बोर्डिंगच्या उद्‌घाटनाच्या कार्यक्रमातून आपल्या जैन बोर्डिंगमध्ये जेव्हा भाऊराव आले, तेव्हा बोर्डिंगच्या व्यवस्थापकांनी त्यांना 'स्नान केल्याशिवाय भोजन मिळणार नाही' असे सुनावले! भाऊरावांनी नकार देताच भोजनगृहात त्यांना प्रतिबंध करण्यात आला. सर्व विद्यार्थ्यांची जेवणे उरकल्यानंतर भाऊरावांच्या पोटात कावळे ओरडू लागले. ते सरळ उठले आणि भोजनगृहाचे कुलूप तोडून पोटभर जेवले. अशा प्रकारचे बेशिस्त व बंडखोरीचे वर्तन केल्याबद्दल भाऊरावांना व्यवस्थापकांनी बोर्डिंगमधून काढून टाकले! हे व्यवस्थापक म्हणजे सामान्य नव्हते, ते जैन समाजातील एक मोठे विद्वान गृहस्थ व सामाजिक कार्यकर्ते होते; पण भाऊरावांचे असे 'अधार्मिक कृत्य' खपवून घेतले, तर जैन मंडळी आपल्या मुलांना बोर्डिंगमध्ये ठेवणार नाहीत, अशी त्यांना साधार भीती वाटत होती. प्रत्येकाने आपल्या जातिधर्माप्रमाणे वागले पाहिजे, हा मनुवादी कायदा समस्त समाजावर केवढा प्रभाव गाजवत होता, याची यावरून कल्पना येते.

शाहू महाराज काय अगर भाऊराव पाटील काय, अशा प्रकारचा सनातनी विचारांचा हलकल्लोळ भोवताली सुरू असताना त्यातून प्रकाशाच्या दिशेने त्यांनी वाट काढली आणि सत्यधर्माची कास धरली, ही महाराष्ट्राच्या पुनर्घटनेच्या दृष्टीने महत्त्वाची बाब ठरली.

महाराज व भाऊराव यांच्या कौटुंबिक पार्श्वभूमीहून प्रबोधनकारांच्या कुटुंबाची पार्श्वभूमी बरीच वेगळी, म्हणजे त्या काळाच्या मानाने बरीच पुरोगामी होती. मुळात ज्या सी.के.पी. (चांद्रसेनीय कायस्थ प्रभू) समाजात ते जन्मले, तो समाज हा शिवकालापासून प्रशासनिक, राजनैतिक, लष्करी सेवेत व विद्याभ्यासासारख्या क्षेत्रांत ब्राह्मण समाजाच्या बरोबरीने वाटचाल करणारा होता. महाराष्ट्रापुरते बोलायचे झाले, तर शिवकालीन बाळाजी आवजीपासून ब्रिटिशकालीन रंगो बापूजीपर्यंत अनेक कर्तबगार पुरुष या समाजाने निर्माण केले होते. स्वामिनिष्ठा, तत्त्वनिष्ठा व नि:स्पृहपणा ही त्यांची प्रमुख गुणवैशिष्ट्ये होती. हे सर्व गुण आपणांस प्रबोधनकारांच्या व्यक्तिमत्त्वात साकारलेले दिसतात.

ठाकरे कुटुंबाच्या संदर्भात सांगायचे, तर प्रबोधनकारांचे आजोबा, आजी व मातु:श्री या तीन व्यक्तींचे त्यांच्यावर मोठे गहिरे संस्कार झालेले होते. 'माझी जीवनगाथा' या त्यांच्या ग्रंथात त्यांनी त्यांच्याविषयीच्या आठवणी सांगितल्या आहेत. त्या मुळातूनच वाचण्यासारख्या आहेत. तत्कालीन मराठी समाजात, ठाकरे कुटुंबाचा दर्जा सुशिक्षित मध्यमवर्गीय किंवा पांढरपेशा वर्गाचा होता. प्रबोधनकारांचे आजोबा त्या काळचे डिस्ट्रिक्ट प्लीडर होते; तसेच ते शाक्य पंथाचे उपासक व अध्यात्मवादी वृत्तीचे होते. स्वभावाने ते अत्यंत सत्यप्रिय व नि:स्पृह होते. आजी तर सर्व लहान-थोरांच्या परिचयाच्या गावमाताच होत्या. बाळंतपणात अडलेल्या स्त्रीच्या सुटकेसाठी ही आजी जातपात न पाहता धावून जात असे. त्या बाईची सुटका करत असे. शिवाशिवेसारख्या गोष्टीवर तिचा विश्वास नव्हता. महाराच्या सावलीने विटाळ होतो, तर ब्राह्मणाच्या सावलीने माणूस पवित्र का होत नाही, असे खोचक प्रश्न ती विचारत असे. प्रबोधनकारांवर आजीचे असे तर्कशुद्ध बुद्धिवादी संस्कार झाल्यामुळे पनवेलच्या महारवाड्यात जाऊन सुभेदार मेजर गंगारामजी यांच्या घरी चहापान करण्याची हिंमत ते दाखवू शकले. त्यांचे वडीलही एक बहुरंगी, कल्पक व्यक्तिमत्त्वाचे आणि समाजसेवेची आवड असणारे

होते. मातु:श्री ह्या अत्यंत कडक शिस्तीच्या, सत्यप्रिय व महत्त्वाकांक्षी होत्या. या सर्वांच्या संस्कारांतून प्रबोधनकारांची जडणघडण झाली होती.

शाहू छत्रपती आणि कर्मवीर भाऊराव पाटील

शाहू महाराजांच्या सहवासात भाऊराव पाटील प्रबोधनकारांपेक्षा बऱ्याच अगोदर आले. १९०२ ते १९०७ या कालखंडात ते जैन बोर्डिंगमध्ये विद्यार्थी म्हणून राहत होते. मागे उल्लेखलेल्या मिस क्लार्क बोर्डिंगच्या प्रकरणावरून त्यांना जैन बोर्डिंगमधून काढून टाकल्यावर ते रस्त्यावर आले. योगायोगाने, त्याच वेळी त्यांचे वर्गमित्र बाळासाहेब खानविलकर यांची भेट झाली. बाळासाहेब म्हणजे, महाराजांच्या मेहुण्यांचे सुपुत्र. भाऊरावांची हकिकत समजल्यावर त्यांनी त्यांना आपल्याबरोबर राजवाड्यावरच नेले. तिथे अनेक आश्रित पैलवान व विद्यार्थी राहत होते. भाऊरावांची व्यवस्था त्यांच्यामध्ये करण्यात आली.

सत्यशोधक भाऊराव

राजवाड्यावर शाहू महाराजांचा निकटचा सहवास भाऊरावांना मिळाला. त्यांच्या विचारांचे व कार्यपद्धतीचे निरीक्षण करण्याची संधीही त्यांना मिळाली. कोल्हापुरातील हा कालखंड मोठ्या अशांत वातावरणाचा होता. वेदोक्ताचा भडका शमला असला, तरी ब्रह्मद्वेषाचा अग्नी आतून धुमसतच होता. तो ब्राह्मणी दहशतवादाच्या रूपाने अधूनमधून डोके वर काढत होता. त्याचबरोबर महाराजांच्या चारित्र्यहननाचीही मोहीम जारी होती. हे सर्व होत असता म. फुल्यांच्या सत्यशोधक समाजाच्या तत्त्वांचा प्रसार कोल्हापूरमध्ये होत होता. याची परिणती कोल्हापुरात सत्यशोधक समाजाची स्थापना होण्यात झाली. मरगळलेल्या सत्यशोधक चळवळीस महाराजांनी संजीवनी दिली आणि सत्यशोधकी विचार खेड्यापाड्यांत दूरवर जावेत म्हणून सत्यशोधक जलशांच्या निर्मितीस प्रेरणा दिली. त्यातून कोल्हापूर-साताऱ्यापासून खानदेश-विदर्भापर्यंत सत्यशोधक जलशांचे ताफेच्या ताफे उभे राहिले.

भाऊरावांवर सत्यशोधक समाजाचे संस्कार याच कालखंडात झाले. पुढे डांबर प्रकरणानंतर तर ते सत्यशोधक कार्यकर्तेच बनले. अनेक

जलशांशी त्यांचे संबंध आले. काही जलशांत तर त्यांनी स्वत:च कामे केली. प्रसंगी ढोलकी वाजविली! केशवराव विचारे, केशवराव जेधे, भाऊराव पाटोळे, आबासाहेब साबळे इत्यादी अनेक सत्यशोधकी सहकाऱ्यांबरोबर त्यांनी सातारा जिल्हा जलशांच्या कार्यक्रमांनी ढवळून काढला. त्या काळात हे जलशे म्हणजे, समाज प्रबोधनाचे मोठे प्रभावी साधन बनले होते. समाजातील अंधश्रद्धा, दुष्ट रूढी, परंपरा, अज्ञान, सावकारशाही, भिक्षुकशाही, अस्पृश्यता, बालविवाह, जरठ-कुमारी विवाह, केशवपन असे अनेक प्रश्न जलशांत नाट्यमय पद्धतीने लोकांसमोर मांडले जात. मग मध्यंतराला भाऊरावांसारख्या खंद्या वक्त्याचे घणाघाती भाषण ठेवले जाई.

आजच्या पिढीला भाऊराव हे रयत शिक्षण संस्थेचे संस्थापक व थोर शिक्षण प्रसारक' म्हणून माहीत आहेत; पण भाऊरावांनी आपल्या सार्वजनिक जीवनाची सुरुवात 'सत्यशोधक कार्यकर्ता' म्हणून केलेली होती, हे फारसे माहीत नसते. भाऊरावांच्या रयत शिक्षण संस्थेचा जन्मही सत्यशोधक समाजाच्या व्यासपीठावर झाला होता. एका परीने ही संस्था म्हणजे सत्यशोधक चळवळीला लाभलेले मधुर फळच होते.

डांबर प्रकरण

'डांबर प्रकरण' हे भाऊरावांच्या आयुष्यातील एक अतिशय भयानक व काळेकुट्ट असे प्रकरण होते. शाहू महाराजांच्या दरबारातील दोन गटांच्या जीवघेण्या दुश्मनीतून भाऊरावांचा बळी देण्याचे कारस्थान गायकवाड गटाच्या निटवेशास्त्री नावाच्या गृहस्थांनी रचले आणि त्यात भाऊरावांना त्यांनी पूर्णपणे जखडून टाकले. ही मंडळी कुटिल राजकारणात एवढी तरबेज होती की, त्यांनी शाहू महाराजांसारख्या चाणाक्ष राज्यकर्त्यांचीही दिशाभूल केली होती. पुढे महाराजांना आपली चूक उमजली आणि त्याचा पश्चात्तापही त्यांना झाला. ज्यांना कोल्हापूरच्या राजकारणातून व समाजकारणातून गारद करण्यासाठी भाऊरावांचा बळी दिला होता, त्या प्रो. आण्णासाहेब लठ्ठ्यांना मात्र कोल्हापुरातून परागंदा व्हावे लागले होते.

कालांतराने, महाराजांनी प्रो. लठ्ठ्यांना पत्र पाठवून डांबर प्रकरणात जो त्यांना त्रास झाला, त्याबद्दल बिनशर्त माफी मागितली होती! तशी

बिनशर्त माफी त्यांनी भाऊरावांकडेही मागितली असावी किंवा प्रत्यक्ष भेटीत तसे त्यांचे बोलणे झाले असावे आणि समजा, महाराजांनी आपली दिलगिरी व्यक्त जरी केली नसली, तरी भाऊरावांनी त्यांच्याबद्दल किंचितही अढी मनात ठेवली नव्हती. एवढा छळ होऊनही भाऊराव सर्व कसे विसरून गेले होते, यावर प्रबोधनकार ठाकरे यांच्यासमोर स्वतःच टिपणी करताना ते म्हणाले होते : ''माझे ध्येयच इतके उच्च आहे की त्यापुढे अशा लौकिकी गोष्टी विचारात घ्यायला माझी लहरच लागत नाही. एक (राज्यकर्ते) शाहू महाराज व दुसरे राजर्षी दीनोद्धारक राजर्षी. मी दुसऱ्या दृष्टीचा उपासक आहे. पहिल्याबद्दल मी कधी विचारच करत नाही.'' भाऊरावांनी एवढे मोठे दिल कोठून आणले, या प्रश्नाचे उत्तर त्यांच्याच चरित्रात सापडते!

मैं उनसे बडा दिल लाया हूँ ।

पुढे साताऱ्यात अठरा पगड जातींसाठी अस्पृश्य मुलांना घेऊन भाऊरावांनी वसतिगृह (बोर्डिंग) स्थापन केले. १९२७ साली या वसतिगृहाचे 'छ. शाहू बोर्डिंग हाउस' असे नामकरण म. गांधींच्या हस्ते झाले. त्या वेळी वसतिगृहात ३५ विद्यार्थी होते. त्यामध्ये १३ मराठा, ११ महार, २ मांग, २ मुसलमान आणि परीट, न्हावी, वडार, जैन, ब्राह्मण, लिंगायत व रामोशी या जातींचा प्रत्येकी एक विद्यार्थी अशी ती संख्या होती.

समारंभ संपल्यावर महात्माजींनी भाऊरावांना जिज्ञासेपोटी विचारले, ''भाऊरावजी, आपने इस बोर्डिंग को राजर्षी शाहू महाराज का नाम दिया है. उन्होने आपको कितने पैसे दिये है?''

भाऊरावांनी उत्स्फूर्त उत्तर दिले, ''उनसे मैंने कुछ भी पैसा नहीं लाया, लेकिन मैं उनसे बडा दिल लाया हूँ।''[४]

अशा गोष्टी वाचल्यानंतर असे वाटते की, महापुरुषाचे केवळ कार्यच पर्वताएवढे असून चालत नाही, त्याचे दिलही पर्वताएवढे असावे लागते!

महाराज मे १९२२मध्ये अकाली गेले. शेवटपर्यंत त्यांच्याशी भाऊरावांच्या भेटीगाठी होत राहिल्या. त्यांच्या शेवटच्या भेटीत मल्लांच्या कुस्त्यांची जंगी मैदाने भरवून ग्रामीण भागातून भाऊरावांच्या संस्थेला

पैसा गोळा करण्याची कल्पना महाराजांनी मांडली होती. तथापि, महाराजांच्या आकस्मिक निधनाने ती कल्पना साकार होऊ शकली नाही.

शाहू महाराजांची महाराष्ट्राला सर्वोत्कृष्ट देणगी

आम्ही संपादित केलेल्या 'राजर्षी शाहू स्मारक ग्रंथा'त कर्मवीरांचे शिष्योत्तम प्राचार्य बॅ. पी. जी. पाटील यांनी राजर्षी व कर्मवीर यांच्या गुरू-शिष्य संबंधांवर अत्यंत उद्‌बोधक असा लेख लिहिलेला आहे. या लेखाच्या शेवटी उभयतांमधील संबंधांचे मूल्यमापन करताना प्राचार्य साहेबांनी म्हटले आहे –

"शाहू महाराज हे व्यवहारवादी असलेने त्यांनी कोल्हापुरात १९०१ साली 'व्हिक्टोरिया मराठा बोर्डिंग हाउस' सुरू केले आणि नंतरच्या आठ-दहा वर्षांत आपल्या राजधानीत प्रत्येक जातीकरिता एक अशी जातवार बोर्डिंगं सुरू केली. आजही कोल्हापुरात जवळजवळ २७ बोर्डिंगं सुरू आहेत. म्हणूनच कोल्हापुरास 'Mother of Hostels' असे सार्थ नामाभिधान लाभले आहे; पण पुढे जेव्हा भाऊरावांनी सातारला वसतिगृह काढण्याचे ठरविले, तेव्हा ते सर्व जातिधर्मांच्या मुलांकरिता असेल व ते स्वावलंबनाच्या तत्त्वावर आधारलेले असेल, याची त्यांनी काळजी घेतली. म्हणून महात्माजींनी जेव्हा सर्व जातीपातींची मुले बोर्डिंगमध्ये पाहिली, त्या वेळी त्यांनी आश्चर्य व आनंद व्यक्त केला. त्यांनी भाऊरावांचे कौतुक करून म्हटले, 'भाऊराव, मला साबरमती आश्रमात जे करता आले नाही, ते तुम्ही सातारसारख्या एका छोट्या गावी करून दाखविले; याबाबत मी तुमचे मन:पूर्वक अभिनंदन करतो.' शाहू महाराजांचा अधिक्षेप न करता खऱ्या अर्थाने म्हणता येईल की, शिष्य गुरूच्या पुढे दोन पावले गेला व ही गोष्ट उभयतांना भूषणावह आहे."

"भाऊराव यांना विद्यार्थिदशेत काही वर्षे शाहू महाराजांचा संजीवक सहवास लाभला, ही फार भाग्याची गोष्ट ठरली. जैन बार्डिंगमध्ये भाऊराव जेव्हा १९०२-०३ साली दाखल झाले, त्या वेळी व त्यानंतर दसरा चौक परिसरात महाराज विविध जातींच्या मुलांकरिता वेगवेगळी वसतिगृहे उघडीत गेले. त्यांनी नुसती वसतिगृहे उघडली असे नव्हे; तर

प्रत्येक वसतिगृहासाठी त्यांनी शेकडो एकर जमिनी व इमारती इनाम दिल्या. त्यातून मिळणारे उत्पन्न हे त्या त्या वसतिगृहास वरदानच ठरले, तसेच मिस क्लार्क होस्टेल उद्घाटन समारंभास हजर राहिल्याबाबत लठ्ठे यांनी जरी भाऊरावांना वसतिगृहाबाहेर काढले, तरी त्यामुळे भाऊरावांचा राजवाड्यात प्रवेश झाला, हे त्यांचे केवढे भाग्य! त्यामुळे त्यांना महाराजांचे कार्य बारकाईने पाहता आले व त्यातून त्यांना खूप शिकताही आले.''

"महाराजांची स्वभाववैशिष्ट्ये भाऊरावांना जवळून पाहावयास मिळाली आणि ती त्यांच्या तैलबुद्धीने टिपून आत्मसात केली. पुढे 'रयत शिक्षण संस्था' नावारूपास आणताना त्यांना या सर्व उदाहरणांचा कितीतरी उपयोग झाला असेल बरे! अशी गुरू-शिष्यांची जोडी फार दुर्मिळच म्हणावी लागेल. राजर्षी शाहू महाराजांची आधुनिक महाराष्ट्राला सर्वोत्कृष्ट देणगी म्हणजे, कर्मवीर भाऊराव पाटील हे होते!''५

शाहू महाराज आणि प्रबोधनकार

शाहू महाराजांच्या सहवासात प्रबोधनकार ठाकरे बऱ्याच उशिरा, म्हणजे सन १९१८ साली आले. प्रबोधनकारांच्यावर प्रथम लोकहितवादींच्या व नंतर म. फुले, न्या. रानडे, प्रि. आगरकर यांच्या साहित्याचा व विचारांचा संस्कार झाला होता. त्यांचा इंग्रजी साहित्याचा, विशेषतः प्रबोधनवादी साहित्याचाही अभ्यास जबर होता. त्यांच्या घरचा वारसा व वातावरण पुरोगामी असल्यामुळे, तसेच त्यांचा स्वभाव अन्यायाविरुद्ध संघर्ष करणारा असल्यामुळे, ते महाराष्ट्रातील समाजप्रबोधनाच्या चळवळीकडे न वळल्यासच नवल होते.

सत्यशोधक-ब्राह्मणेतर चळवळींचे आकर्षण

आपण सत्यशोधक-ब्राह्मणेतर चळवळींकडे कसे व का आकृष्ट झालो हे प्रबोधनकारांनी आपल्या आत्मवृत्तात सांगितले आहे. ते लिहितात –

"सामाजिक सुधारणेची शहरी लोकांना वास्तविक काही आवश्यकता नाही. बदलत्या परिस्थितीच्या रेट्याने ते आपोआप बदलत जातात. खरी जरूर आहे, ती मागासलेल्या बहुजन समाजाच्या सर्वांगीण जागृतीची.

त्यासाठी पुणे, सातारा, कोल्हापूर, बेळगावादी ठिकाणी काही जागृत मंडळींनी चालविलेल्या उपक्रमांकडे माझे लक्ष साहजिकच वळले. वळले म्हणण्यापेक्षा, त्या मंडळींनीच मला आपल्याकडे आकर्षित केले. कायस्थ प्रभू जमात किती झाली तरी पिढ्यान्‌पिढ्यांची राजकारणी, कर्तबगार आणि विशेष म्हणजे बोलकी (आर्टिक्युलेट); सरकार दरबारी वजन नि अधिकारी असलेली. त्यांच्यावरही जेव्हा कंपूवाले शहरी ब्राह्मण मन मानेल ते जाहीर आक्षेप घेऊन बदनाम करण्याचा हिय्या करतात, तर नाक्षर आणि मुक्या बहुजन समाजावर काय कहर उसळत असेल, याची सहज कल्पना करता येण्यासारखी होती. बहुजन समाजाचा प्रश्न राहू द्या; परंतु दैवज्ञ ब्राह्मण, सारस्वत, शुक्ल यजुर्वेदी (पळशे) आणि मराठा समाज यांच्यावरही, या ना त्या निमित्तावर तसलेच हल्ले होऊ लागले होते. आक्षेपकांना जाहीर उत्तर द्यायचे, तर कोणाच्याही हाती वर्तमानपत्रे नव्हती.''

याच सुमाराला कोल्हापूरचे वेदोक्त प्रकरण भडकले. छत्रपती शाहू महाराजांनी राजोपाध्यांना कामावरून दूर केले. मग हो काय विचारता? ब्राह्मणी वृत्तपत्रांतून महाराजांवर जहरी टीकेचा आग्याडोंब उसळला. कोल्हापूर आणि पुणे यांचे हाडवैर पेशवाईपासून अव्याहत चालत आलेले. शाहू महाराजांनी भिक्षुकशाही वर्चस्वाचे आमूलाग्र निर्दालन करण्याचा संकल्प सोडताच, पुण्याची सारी वृत्तपत्रे त्यांच्यावर तुटून पडली नसती, तरच ते एक नवलाईतले नवल झाले असते. बहुजन समाजाला जाग आणण्याचे महाराजांनी व्रतकंकण बांधले. प्रश्न साधासुधा नव्हता. जगड्व्याळ होता. ते कार्य छत्रपतींसारख्या कर्तुमकर्तुमन्यथा कर्तुम् सत्ताधाऱ्यानेच हाती घेतल्यामुळे, महाराष्ट्रातल्या तमाम मागास बहुजन समाजात जागरूकतेची एक नवीन लाट उसळली. आत्मोद्धारासाठी त्यांची नजर कोल्हापूरवर खिळली. पुण्याच्या पत्रांतून महाराजांच्या वैयक्तिक निंदानालस्तीचे सुरुंग कडाकड फुटू लागले, तसतसा बहुजन समाजाचा संतापही उकळू लागला.''[६]

महाराष्ट्रात बहुजन समाजातील ब्राह्मणशाहीच्या विरोधातील असंतोष असा खदखदत असता प्रबोधनकार शांत बसणे अस्वाभाविक होते. त्यांनी या सुमारास समाजसेवेच्या ऊर्मीतून मुंबईत 'स्वाध्याय आश्रम' नावाची संस्था स्थापन केली होती. समाजजागृतीसाठी नामवंत वक्त्यांची

भाषणे आयोजित करणे, वक्तृत्वशास्त्राचे वर्ग चालविणे, सार्वजनिक वाचनालय चालविणे, विविध प्रकारच्या स्पर्धा घेणे यांसारखे उपक्रम तिथे चालत. याशिवाय, बाहेरगावच्या सामाजिक कार्यकर्त्यांची राहण्याची सोयही तिथे केली जाई. पुढे १९२१साली 'प्रबोधन' मासिक सुरू झाले, ते या स्वाध्याय आश्रमातूनच. या मासिकानेच केशव सीताराम ठाकरे यांना महाराष्ट्राचे 'प्रबोधनकार' ही बिरुदावली बहाल केली.

शाहू महाराजांशी पहिली भेट

ब्राह्मणांशिवाय इतर समाजांना म्हणजे मराठे, प्रभू इत्यादी समाजांना शूद्र ठरविण्यासाठी, त्यांना वेदोक्ताचा अधिकार नाकारण्यासाठी पेशवाईच्या काळापासून 'ग्रामण्ये' होत होती. पेशवाईत प्रभूंना ब्राह्मणवर्गाने ग्रामण्याची खेकटी निर्माण करून मोठा त्रास दिला होता. तेव्हा ग्रामण्ये हा काय प्रकार आहे, याचा समाजशास्त्रीय शोध घेण्याचे काम प्रबोधनकारांनी हाती घेतले होते. त्या दृष्टीने सर्व कोल्हापुरातील जाधव, लट्ठे, डोंगरे प्रभृती सत्यशोधक कार्यकर्त्यांनी प्रबोधनकारांचे नाव शाहू महाराजांच्या कानावर घातले; आणि मग लवकरच त्यांची महाराजांशी भेट घडून आली. महत्त्वाचे म्हणजे या भेटीत प्रबोधनकार महाराजांच्या कसोटीस उतरले. ही भेट कशी झाली, याचे वर्णन करताना प्रबोधनकार लिहितात–

''चहापान आटोपले असेल-नसेल, तोच महाराज आल्याची वर्दी मिळाली. महाराज आले ते अंगणातच उभे राहिले. दिवाणसाहेब आणि मी पुढे होऊन प्रणाम केला. काही क्षण महाराज माझ्याकडे आपादमस्तक नुसते पाहतच होते. त्यांची ती नजर मोठी सूक्ष्मभेदी होती. मागाहून मी हा मुद्दा दिवाण साहेबांपाशी काढला तेव्हा, प्रथम ते हसले नि म्हणाले – 'म्हणजे तुमच्या तो लक्षात आलाच तर, या नजरेच्या परीक्षेला जो उतरला, तो पास झाला; पण मी मात्र त्याच वेळी तुमच्याकडे पाहत होतो. या पहिल्याच नजरेने कोण माणूस कसा असावा, काय करू शकेल, वगैरे इत्थंभूत तपशील महाराज हा हा म्हणता आजमावतात. महाराजांचे फिजिऑनमी नि सायकॉलॉजीचे ज्ञान उपजतच असून, त्यांनी एका क्षणात काढलेले खटके फारसे चुकत नाहीत. तुमच्याशी ते बोलायला लागल्यावर माझा जीव भांड्यात पडला.....''

''थोड्याच वेळात श्रीमंत बाळा महाराज, जाधवराव आणि इतर

काही अधिकारी तेथे आले. महाराजांनी स्वत:च त्यांच्याशी माझा परिचय करून दिला. 'प्रथम यांना आपली सारी बोर्डिंगे दाखवा' असा हुकूम दिला आणि 'आपण रात्री बोलू' असे मला सांगून महाराज गेले. दुपारचा चहा झाल्यावर, श्री. बाळा महाराज आपली डॉक-कार्ट घेऊन आले आणि आम्ही कोल्हापुरात महाराजांनी निरनिराळ्या जमातींसाठी चालू केलेली बोर्डिंगे पाहिली. महाराजांच्या नोकरीत ब्राह्मण-ब्राह्मणेतर अधिकारी तर सरमिसळ होतेच; पण कित्येक ब्राह्मण अधिकारी त्यांच्या खास विश्वासातले होते. अस्पृश्य आणि इतर जमातींची (विशेषत: मराठा जमातीची) मुले एकाच बोर्डिंगात राहत असलेली पाहून महाराजांच्या दलितोद्धाराविषयी शिक्षणप्रसाराच्या निकडीविषयी कोणाचीही खात्री पटेल, मग माझी पटल्यास आश्चर्य नाही. महाराजांविषयी खालसातली वर्तमानपत्रे सदोदित करीत असलेला गवगवा सत्यावर आधारलेला नसून, त्यामागे गवगवा करणाऱ्यांची काही विशेष कारस्थानी योजना असावी, असा माझा साधार ग्रह झाला.''[७]

आमच्या चेकवर म्हणे थुंकतोस?

महाराजांचा व प्रबोधनकारांचा स्नेह वाढतच गेला. एकदा प्रबोधनकार दीर्घकाल आजारी असल्याची वार्ता महाराजांच्या कानावर पडताच, त्यांनी आपल्या खास विश्वासू कार्यकर्त्यास विजयी मराठाकार श्रीपतराव शिंदे यांस पाच हजार रुपयांचा मदतीचा चेक देऊन प्रबोधनकारांकडे पाठविले; पण तो चेक पाहताच "पैशाच्या जोरावर अनेक माणसांची मी गाढवे बनविली आहेत,'' असे महाराज एका भेटीत म्हणाल्याचे त्यांना स्मरण झाले आणि त्यांनी तो चेक घेण्यास नकार दिला. तेव्हा श्रीपतराव म्हणाले, "हे पाहा केशवराव, छत्रपतींचा प्रसाद आहे हा. नकार देणे बरे नव्हे.''

तेव्हा प्रबोधनकारांनी ताडकन उत्तर दिले, "असला प्रसाद छत्रपतीनेच काय प्रत्यक्ष ब्रह्मदेवाने दिला तरी थुंकतो मी त्यावर; जा घेऊन. असल्या रकमा महाराज अशा कामी उधळत असतील तर त्यांच्याविषयी माझा आदरही ओहोटीला लागला, असे सांगा जाऊन त्यांना.''[८]

शाहू महाराजांना खरोखरच प्रबोधनकारांना मनापासून मदत करायची असावी अगर त्यांना त्यांची सत्त्वपरीक्षा घ्यायची असावी. हेतू काही का

असेना; पण या प्रसंगी प्रबोधनकारांनी जो नि:स्पृहपणा व धाडस दाखविले त्यावर महाराज मनापासून खुश झाले. याबाबत दिवाण सबनिसांना ते म्हणाले, "He is the only man we have come across who cannot be bought or bribed!" आणि पुढे जेव्हा महाराज मुंबईस आले, तेव्हा त्यांनी प्रबोधनकारांना भेटीस बोलावले. त्यांना पाहताच महाराज म्हणाले, "काय रे वांड, लयी गुर्मी आली व्हय? आमच्या चेकवर म्हणे थुंकतोस?"

त्यावर प्रबोधनकार म्हणाले -

"महाराज गुर्मी कशाची? रागावू नका. आजवर मी आपली किंवा दरबारची काय अशी मोठी सेवा चाकरी केली की त्यासाठी आपण अयाचित पाच हजारांचा चेक मला द्यावा? तशीच ठळक कामगिरी होईल माझ्या हातून तेव्हाचा प्रश्न न्यारा. माफ करा सरकार, पैशाच्या जोरावर गाढव बनणारा माणूस मी नव्हे."

यावर महाराज चांगलेच चमकले; पण त्यानंतर उडालेल्या हास्यकल्लोळात त्यांनी हा विषय बाजूला सारल्याचे प्रबोधनकार सांगतात.[१]

त्या काळी शिक्षकाचा पगार आठ ते दहा रुपये होता. आज शिक्षकाचा पगार आठ ते दहा हजार रुपये किंवा त्याच्यापेक्षा जास्त आहे. त्या पटीत विचार केल्यास महाराजांनी पाठविलेल्या प्रबोधनकारांनी अव्हेरलेल्या पाच हजार रुपयांची किंमत आजच्या पैशात किती होईल, हे वाचकांनीच ठरवावे!

महाराजांचा व्यापक ज्ञानसंग्रह

याच भेटीत प्रबोधनकारांनी आपण 'भिक्षुकशाहीचे बंड' या विषयावर लेखन करत आहोत, असे सांगितल्यावर महाराजांनी त्यांना त्या विषयावरील संदर्भग्रंथांची नावे विचारली. ती त्यांनी सांगितली. त्या वेळी त्यांच्यात झालेला संवाद असा -

महाराज : सॅव्हेलचा प्रीस्ट्क्राफ्ट हा ग्रंथ नाही तुझ्याजवळ? वा वा, तो तर प्रथम अभ्यासला पाहिजे. भिक्षुकशाहीप्रमाणे राजेशाहीसुद्धा ह्युमॅनिटीला जाचक ठरलेली आहे.

प्रबोधनकार : मग आपणही त्या कक्षेत सापडता?

महाराज : सापडणारच. सध्याच्या राजेशाह्या काय अमरपट्टा घेऊन

आल्या आहेत वाटतं? आजच आम्ही ब्रिटिशांच्या कृपेच्या धाग्यावर लोंबकळलेले आहोत. आज ना उद्या हा धागा तुटणारच. बरं ते असो. हे पाहा, अमेरिकेतील 'आर.पी.ए.सीरिज'ची पुस्तके चांगली अभ्यास कर. 'इंगरसॉल्स रायटिंग्ज ॲण्ड स्पीचेस' तर नेहमीच. अभ्यासात असली पाहिजेत. इंगरसॉल वाचल्याशिवाय समाजसुधारणेची भाषा कोणी बोलू नये.''

प्रबोधनकार पुढे सांगतात, ''अशा कितीतरी संदर्भग्रंथांची नावे महाराज भडाभड सुचवित होते आणि कशात काय विषय आहे, यावर जिव्हाळ्याने प्रवचन करीत होते. या क्षणाला प्रथमच महाराजांच्या व्यापक ज्ञानसंग्रहाचा मला साक्षात्कार झाला. फार काय; पण कित्येक पुस्तकांतले काही महत्त्वाचे इंग्लिश परिच्छेद त्यांनी मला पाठ म्हणून दाखविले. वरवर पाहणारांना महाराज अडाणी नि हेंगाडे वाटले, तरी अंतरंगाचा, मुख्यत्वे त्यांच्या परिपक्व ज्ञानाचा, मागमूस इतरेजनांना सहसा लागतच नसे. आज तो मला लागला नि मी अगदी चाट पडलो. जवळजवळ अर्धा तास ते सारखे तन्मयतेने बोलत होते नि मी तितकाच तन्मय होऊन ऐकत होतो.''[१०]

महाराजांनी सुचविलेल्या ग्रंथांपैकी एकही ग्रंथ प्रबोधनकारांकडे नव्हता. तेव्हा महाराजांनी लगेच मुंबईतील बुक सेलर्सकडून हवी तेवढी पुस्तके खरेदी करून त्यांचे बिल दरबारकडे पाठवून देण्याचा हुकूम केला. एवढेच नव्हे, तर भिक्षुकशाहीच्या बंडाच्या दोन हजार प्रती आगाऊ खरेदी करून त्यांचा पाच हजारांचा चेक प्रबोधनकारांच्या हाती दिला आणि ते म्हणाले, ''आता नाक मुरडशील तर ते इथेच छाटले जाईल. मग पुढचं पुढं.''[११]

शाहू महाराज व अंबाबाईचा नायटा

असे होते शाहू महाराज व प्रबोधनकार यांचे प्रेमाचे संबंध; पण असे संबंध असले तरी त्यांच्या दबावाखाली प्रबोधनकारांनी आपली मते मारली नाहीत; अगर ती गुप्त ठेवली नाहीत. समाजकारणात त्यांच्या दृष्टीने महाराजांची एखादी गोष्ट चुकली असेल, तर ती चुकलेली आहे असे जाहीरपणे बजावण्यास ते कधी कचरले नाहीत.

१९२१ साली कोल्हापूरच्या अंबाबाईच्या देवळाच्या गाभाऱ्यात

काही मराठा विद्यार्थी घुसले आणि त्यांनी देवीची पूजा करून मंदिरातील पूजेअर्चेचे नियम धाब्यावर बसविले. पुजाऱ्यांनी तक्रार करताच कोल्हापूर पोलिसांनी त्या विद्यार्थ्यांना पकडून लॉकअपमध्ये टाकले. ही बातमी प्रसिद्ध होताच प्रबोधनकारांना सात्त्विक संताप आला आणि त्यांनी 'प्रबोधना'तून खुद्द महाराजांच्यावरच तोफ डागली, "आम्हाला फार आशा होती की, या अंबाबाईच्या नायट्याच्या बाबतीत करवीरकर छत्रपती काही मुत्सद्देगिरी दाखवितील; परंतु ज्या मराठा समाजाचे ते 'जन्मसिद्ध' नायक आहेत; ज्या समाजाचा, राजकीय, सामाजिक व विशेषत: धार्मिक दर्जा उन्नतावस्थेला नेण्याचे कर्तव्यकंकण महाराजांनी उघडउघड आपल्या हाती चढविले आहे आणि ज्यांनी क्षात्रजगद्गुरूंच्या एका नवीनच पीठाला निर्माण करण्याची धडाडी व मनोधैर्य प्रत्यक्ष दाखविले आहे, त्या छत्रपती सरकारने आपल्या पोलीस खात्याकडे अंबाबाईचा हा नायटा बरा करण्याची कामगिरी सोपविलेली पाहून फार वाईट वाटते. वर्तमानपत्रांत प्रसिद्ध झालेल्या पत्रव्यवहारावरून आता असे समजते की, या कोल्हापुरी पोलिसांनी नुकतेच तेथील हायस्कुलातून काही मराठे जातीचे विद्यार्थी अंबाबाईच्या नायट्याच्या संशयाने पकडून नेले आहेत. ही गोष्ट जर खरी असेल, तर ती अस्पृश्योद्धार करण्याच्या कामी सक्रिय मनोधैर्य दाखविणाऱ्या छत्रपती सरकारच्या चारित्र्याला कलंकित करणारी आहे. ही राजनीती नव्हे, समाजनीती नव्हे व धर्मनीती तर नव्हेच नव्हे."[१२]

'प्रबोधना'त आलेली टीका पाहून अनेकांना वाटले की, महाराज आता प्रबोधनकारांना जवळ करणार नाहीत; पण त्यांचा हा होरा चुकला. काही दिवसांनी महाराज मुंबईत आल्यावर त्यांनी स्वत:हून प्रबोधनकारांना बोलावून त्यांच्या 'पन्हाळा लॉज' वर नेले आणि अंबाबाई प्रकरणावर बरीच चर्चा केली. शेवटी ते म्हणाले, "अरे, एकदम साऱ्या गोष्टी साधत नाहीत. आस्ते आस्ते सगळाच बंदोबस्त मी करणार आहे."[१३]

क्षात्रजगद्गुरुपदाचा वाद

असाच एक मतभेदाचा मुद्दा क्षात्रजगद्गुरूंच्या पदाच्या संदर्भात उद्भवला. म. फुल्यांच्या सत्यशोधक चळवळीस राजाश्रय देणाऱ्या

शाहू महाराजांनी क्षत्रिय मराठा समाजासाठी स्वतंत्र 'जगद्‌गुरू' निर्माण करावा, ही गोष्ट अनेक सत्यशोधक विचारवंतांना व कार्यकर्त्यांना आवडली नव्हती. त्यांमध्ये भास्करराव जाधव, महर्षी विठ्ठल रामजी शिंदे व प्रबोधनकार अग्रेसर होते. महाराजांच्या या कृत्याचा कडक शब्दांत निषेध करणारी 'मानसिक दास्याविरुद्ध बण्ड' या नावाची लेखमाला प्रबोधनातून प्रसिद्ध करून प्रबोधनकारांनी दुसरी तोफ डागली होती. त्यात त्यांनी म्हटले होते –

"ब्राह्मण जगद्‌गुरूंचे दास्य नको म्हणून क्षात्र जगद्‌गुरूचे पीठ निर्माण करणे, म्हणजे जुन्या गुलामगिरीच्या त्रासातून मुक्त होण्यासाठी नव्या गुलामगिरीचे जोखड पत्करण्यासारखे आहे. समाजोन्नतीसाठी किंवा धर्मोन्नतीसाठी शंकराचार्यांचा एक मठच पाहिजे. त्यांवर एक मठपतीच पाहिजे, ही कल्पनाच मुळी मानसिक दास्याची स्पष्ट निशाणी आहे. गुलामगिरीचा नायनाट गुलामगिरीने होत नसतो. शिवाय, वर्णाश्रमवादी ब्राह्मण जगद्‌गुरूंच्या मानसिक दास्यप्रवर्तक भिक्षुकशाहीला जमीनदोस्त करण्यासाठी थेट तसल्याच तत्त्वांवर उभारलेल्या क्षात्र जगद्‌गुरूंच्या मठाला निर्माण करणे, म्हणजे जोखडासाठीच देवाने आपल्याला मान दिलेली आहे, ही कल्पना दृढमूल झालेल्या बैलाने नाऱ्या तेल्याच्या घाण्याला रामराम ठोकून पिऱ्या तेल्याच्या गोंडस घाण्याला स्वत:स जुंपून घेण्यासारखे आहे. मठ आला की मठाधिपती आले; मठाधिपती आले की संप्रदाय सुरू झाला; संप्रदायाच्या मागोमाग सांप्रदायिक गुलामगिरी ठेवलेलीच. अर्थात, क्षात्र जगद्‌गुरूंच्या मठाचा अनाठायी खटाटोप करणारे आवाज जरी या नवीन परिस्थितीत काही समाधान मानीत असतील, तरी निदान व्यक्तिप्रामाण्याची मुर्वत राखण्यासाठी, त्यांना कालवशात एका नवीन स्वरूपाच्या भिक्षुकशाहीच्या गुलामगिरीत जखडून पडल्याशिवाय गत्यंतरच उरणार नाही."[१४]

या लेखाने सर्वत्र, विशेषत: महाराजांच्या गोटात खळबळ उडाली. याही वेळी अनेकांना वाटले की, महाराजांशी प्रबोधनकारांचे असलेले संबंध तुटणार; पण तसे घडले नाही. मुंबईस आल्यावर नेहमीप्रमाणे महाराजांनी त्यांना चर्चेस बोलावले. त्यांचे म्हणणे सविस्तर ऐकून घेतले. केवळ मराठ्यांसाठी 'स्वतंत्र' जगद्‌गुरू निर्माण करण्यात बरेच धोके असल्याचे प्रबोधनकारांचे मत होते. त्यावर महाराज शेवटी म्हणाले, "तू

म्हणतोस ती डेंजर्स आहेत खरी; पण मी त्याचा पुरता बंदोबस्त करणार आहे.'' पण हा बंदोबस्त करण्यास मृत्यूने त्यांना अवधीच दिला नाही.

सातारच्या राज्यक्रांतीची कहाणी

वेदोक्त प्रकरणाने महाराजांचे ब्राह्मण वर्गाशी वितुष्ट आलेलेच होते. त्यातच त्यांनी सत्यशोधक समाजाला दिलेला आश्रय, त्यांच्या जलशांना दिलेले उत्तेजन, ब्राह्मणेतर पक्षाची केलेली स्थापना आणि त्या माध्यमातून घेतलेला कायदे मंडळीच्या निवडणुकीतील सहभाग, अस्पृश्यता निवारणाचे कायदे, कुलकर्णी वतन बरखास्ती अशा एक ना दोन उपक्रमांमुळे महाराज बहुजन समाजाच्या गळ्यातील ताईत बनले होते, तर ब्रह्मवर्गाचे नंबर एक शत्रू झाले होते. ब्रिटिश सरकारकडे त्यांच्याविषयी खोट्यानाट्या तक्रारी करण्यापासून ते त्यांच्या चारित्र्यहननाच्या कंड्या पिकविण्यापर्यंत सर्व शस्त्रास्त्रांचा वापर हा ब्रह्मवर्ग करत होता. असा सर्वच आगडोंब उसळला असता ब्रह्मवर्गाचे नेते केसरीकार न. चिं. केळकर यांनी महाराजांना 'स्वराज्यद्रोही छत्रपती' असे जाहीररीत्या संबोधून आगीत तेल ओतले.

या पार्श्वभूमीवर झालेल्या एका भेटीत महाराज प्रबोधनकारांना म्हणाले, ''ब्राह्मण हात धुऊन पाठीशी लागलेला छत्रपती, मला वाटतं, मी एकटाच असेन काय हो?'' तेव्हा प्रबोधनकार उद्गारले, ''आपल्यापेक्षाही भयंकर छळाला सातारच्या छत्रपती प्रतापसिंह महाराजांनी तोंड दिलेले होते....'' आणि मग दोन तास प्रतापसिंह महाराज ब्राह्मणी कटकारस्थानांना कसे बळी पडले, याची कथा प्रबोधनकारांनी सांगितली. ती ऐकून महाराज भारावून गेले आणि उद्गारले, ''काय भयंकर इतिहास आहे हा म्हणायचा. अजूनपर्यंत आम्ही आपलं समजत होतो, की बुवासाहेब (प्रतापसिंह) महाराजांनी खरोखरीच इंग्रजांविरुद्ध काही कट केला होता. म्हणून त्यांना पदच्युत नि हद्दपार करण्यात आले. हा इतिहास लिहून-छापून बाहेर पडलाच पाहिजे.''१५

आणि मग जेव्हा जेव्हा दोघांच्या भेटी होत, तेव्हा तेव्हा प्रबोधनकारांना पहिला प्रश्न महाराज विचारत, ''सातारच्या त्या राज्यक्रांतीचा इतिहास केव्हा लिहितोस?''

अशीच एक भेट १९२२ साली पुण्याच्या रेल्वेस्टेशनवर झाली.

महाराज बडोद्यास महाराजा सयाजीराव गायकवाड यांच्या नातीच्या लग्नास निघाले होते आणि प्रबोधनकार सातार्यास भाऊराव पाटलांच्या निमंत्रणावरून शिवजयंतीच्या भाषणास निघाले होते. प्रबोधनकारांचे सातारला जाण्याचे प्रयोजन जाणून घेतल्यावर महाराज त्यांना म्हणाले, ''अरे, आता कितीदा तुम्ही 'सोळाशे सत्ताविसाव्या साली शिवाजी जन्मला' हे पालुपद गात बसणार? माझी आज्ञा आहे तुला, तेथे तो सातारच्या राज्यक्रांतीचा इतिहास इत्थंभूत सांगून, दे त्या सातारच्या मावळ्यांना भडकावून... हे बघ, मी चाललोय बडोद्याला. पाच-सहा दिवसांनी मुंबईला परत येईन. तिथं येऊन मला भेट.''१६

महाराजांची आज्ञा शिरसावंद्य मानून प्रबोधनकारांनी सातार्याच्या राजवाड्याच्या पायरीवर सलग तीन दिवस तीन भाषणे प्रतापसिंहांच्या पदच्युतीवर व तत्कालीन ब्राह्मणांच्या कुटिल नीतीवर दिली. त्या वेळी आजच्यासारखा लाऊडस्पीकर नव्हता. हजारोंच्या संख्येने उपस्थित असलेल्या श्रोत्यांसमोर टेबलावर उभे राहून प्रबोधनकारांनी खणखणीत आवाजात, 'सातारच्या राज्यक्रांतीच्या इतिहासाच्या कहाणीने सार्या बामणेतरांना चवताळून' सोडले!''१७

ही तीन भाषणे सातार्यातच नव्हे, तर सर्व महाराष्ट्रात गाजली. अखिल ब्रह्मवर्गात त्यामुळे खळबळ माजून गेली. प्रबोधनकारांनी शाहू महाराजांची आज्ञा तंतोतंत पाळली.

शाहू महाराजांची शेवटची भेट

बडोद्याहून महाराज आले, ते गंभीर आजारी पडूनच. प्रबोधनकार त्यांना भेटावयास गेले; पण ते अत्यवस्थ असल्याने जवळच्या माणसांनी त्यांना भेटू दिले नाही; पण रात्री महाराजांनी प्रबोधनकारांची आठवण काढली आणि खास नोकर व गाडी पाठवून त्यांना आणण्याची आज्ञा केली. प्रबोधनकार आपल्या आठवणीत लिहितात, ''ते लोक आले नि म्हणाले, 'छत्रपती महाराजांनी तुम्हाला लगोलग बोलावले आहे.' त्यांच्या गाडीत बसून मी गेलो. लगेच मला वरच्या मजल्यावर नेण्यात आले. पाहतो तो सगळ्या हॉलमध्ये निळा मंद प्रकाश. पलंगाभोवती दोन-तीन डॉक्टर बसलेले. महाराजांचा प्रचंड देह पलंगावर पडलेला नि एक हुजर्या छातीवर काहीतरी धरून शेकीत होता. मी पलंगावर गेलो नि

नमस्कार केला. 'काय काय केलंस साताऱ्याला,' इतके महाराज म्हणताच डॉक्टर उठले नि म्हणाले, 'छे! छे! महाराज, बोलायचं नाही.' महाराज, 'मी बोललो. आता हाच फक्त बोलणार आहे.' मी दहा मिनिटांत सातारच्या कार्यक्रमाची हकिकत सांगितली. महाराजांना आनंद झाला. महाराज, 'बरं, आता तू इतिहास केव्हा लिहिणार? उद्या मी कोल्हापूरला जातोय, तू चल माझ्याबरोबर आणि तिथं बसून लिहिणे कर.' मी - 'उद्या नाही; पण लवकरच रजा काढून येतो.' महाराज, 'तू वांड आहेस. छत्रपतीच्या हातावर हात मारून घे पाहू शपथ.' महाराजांनी हात माझ्यापुढे केला आणि मी मोठ्याने शपथ घेतली. लगेच मी निघालो. बडोदेकरांनी मला त्यांच्या गाडीतून दादरला आणून पोहोचविले. रात्री अकराचा सुमार असेल. जेवलो नि झोपी गेलो. सकाळी सहा वाजता सौ.ने मला हलवून जागे केले. 'अहो उठा. लोक बाहेर काय बोलताहेत ते पाहा. शाहू महाराज गेले!' बाहेर येऊन चौकशी केली तो बातमी खरीच! तोंडातून एकच उद्‌गार निघाला, 'अरेरे, दीनदुबळ्यांच्या भवितव्यावरचा सर्चलाईट विझला''[१८]

महाराजांच्या अंतिम इच्छेची पूर्तता प्रबोधनकारांना लगेच करता आली नाही; पण पुढे आपल्या अनंत व्यापातून सवड काढून त्यांनी सातारचा राज्यक्रांतीवरचा ग्रंथ सव्वीस वर्षांनी १९४८साली प्रकाशित केला.

महाराज व प्रबोधनकार या दोघांच्या चरित्रांत जे काही संकीर्ण स्वरूपाचे तुटक तुटक संदर्भ मिळतात, त्यावरून एक गोष्ट स्पष्ट दिसते की, प्रबोधनकारांची विद्वत्ता, अभ्यासूपणा, निःस्पृहता आणि प्रतिपक्षावर बेदरकारपणे हल्ले करण्याची बेडर वृत्ती या गुणांवर महाराज प्रेम करत होते; तर प्रबोधनकार महाराजांच्या दीनदुबळ्यांचा उद्धार करण्याच्या, बहुजन समाजास अज्ञानाच्या गर्तेतून बाहेर काढण्याच्या कार्यावर प्रेम करत होते. दोघेही एकमेकांचा मोठेपणा व कर्तृत्व जाणत होते. आणि म्हणूनच उभयतांतील संबंध केव्हा केव्हा ताणले गेले, तरी ते तुटले नाहीत; कारण ते तुटावेत, असे दोघांनाही वाटत नव्हते.

शाहू महाराजांच्या बदनामीचा प्रबोधनकारांवर आरोप

महाराज गेल्यानंतर चार-पाच वर्षांनी, म्हणजे सन १९२६ साली

प्रबोधनकारांनी आपल्या 'प्रबोधना'तून भाऊराव पाटलांचे चरित्र 'सत्यशोधक भाऊराव पाटील यांचा अल्प परिचय' या नावाने प्रकाशित करण्याचा संकल्प सोडला आणि त्याचा पहिला भाग त्यांनी मोठ्या दणक्यात प्रसिद्धही केला. या चरित्रात भाऊरावांच्या पूर्वायुष्यासंबंधी, विशेषत: कोल्हापुरातील डांबर प्रकरणी त्यांच्यावर झालेल्या पोलिसी अत्याचारासंबंधी, मजकूर येणे अपरिहार्य होते. या प्रकरणाची हकिकत देताना प्रबोधनकारांनी म्हटले होते –

"कोल्हापुरी पोलिसांचे अत्याचार

भाऊरावांची अटक केवळ पोलिसी प्रेरणेची होती असे नव्हे, तर त्याची सूत्रे खुद्दांकडून हलत होती. वाटेल ती उलाढाल करून डांबर प्रकरणात लठ्ठ्यांना लोळविण्याचा महाराजांचा निश्चयच होऊन बसला होता. मग त्यांच्या मागे पोलिसांची कानचावणी असो, नाही तर लठ्ठ्यांच्या हितशत्रूंची हातलावणी असो."[१९]

वरील परिच्छेदातील "..... त्याची सूत्रे खुद्दांकडून (म्हणजे शाहू महाराजांकडून) हलत होती." या वाक्याने महाराजांची बदनामी झाल्याची तक्रार कोल्हापूर दरबारने सातारच्या डिस्ट्रिक्ट मॅजिस्ट्रेटकडे म्हणजे कलेक्टराकडे केली. त्या काळी कलेक्टर इंग्रज साहेब असे आणि त्याला मराठी कागदपत्रांतील मजकूर समजावा म्हणून त्याच्या कचेरीत अशा कागदपत्रांचे इंग्रजी भाषांतर करणाऱ्या एका कर्मचाऱ्याची नेमणूक केली जाई. त्यास 'ओरिएन्टल ट्रान्सलेटर' असे म्हटले जाई. या ओ.ट्रा.ने 'सूत्रे हलवणे' या शब्दांचे भाषांतर 'वायर पुलिंग' असे केले! त्यामुळे, अर्थाचा अनर्थ होऊन सगळाच घोटाळा झाला होता.

कलेक्टरांनी प्रबोधनकारांना समन्स पाठवून बोलावून घेतले आणि त्यांच्यावर आरोप ठेवला की, त्यांनी लिहिलेल्या भाऊराव चरित्रात असे अप्रत्यक्षपणे सूचन (Insinuation) होते, की भाऊरावांवर पोलिसांनी केलेल्या अत्याचारात शाहू महाराजांचे अंग होते; याचा अर्थ महाराजांवर अत्याचाराचा आरोप केला जात आहे!

यावर प्रबोधनकारांनी ओ.ट्रा.ने 'सूत्रे हलवणे' याचा चुकीचा अनुवाद केल्याचे साहेबांच्या निदर्शनास आणले व त्यावर 'खुल्या दिला' ने चर्चाही झाली. साहेबांस प्रबोधनकारांचे म्हणणे पटले की नाही, हे

कळण्यास मार्ग नाही; पण त्याने भाऊरावांच्या चरित्राचा पुढचा भाग प्रकाशित करण्यास प्रबोधनकारांना मनाई केली![२०]

'प्रबोधना'च्या पुढच्या अंकात ही सर्व हकिकत देऊन प्रबोधनकारांनी आपली बाजू सविस्तरपणे मांडली आहे. त्यात ते म्हणतात, ''वायर-पुलिंग शब्द कोणत्या अर्थी वापरतात, कोणत्या ठिकाणी लावतात, याचाही भाषाशास्त्रात काही विवेक आहे. 'मुंबई इलाख्याची सूत्रे गव्हर्नर साहेबांकडूनच हलत असतात' या वाक्याचे 'The wire-pulling of the Bombay presidency is done by H.E. the Governor' असे कोणी भाषांतर केल्यास ते कितपत बरोबर होईल? 'सूत्र' म्हणजे 'वायर' आणि 'सूत्रधार' म्हणजे 'वायर पुलर' असे भाषांतर चुकीचे आहे. शिवाय, 'वायर पुलिंग' या इंग्रजी शब्दातच एक प्रकारचा 'बॅड सेन्स' (कुत्सित अर्थ) आहे. उपरोक्त कलमात हा शब्द टाकताच खाडकन त्याचा रंग बदलला, अर्थ बदलला आणि लेखकाच्या हेतूचाही विपर्यास झाला. वास्तविक, येथे 'कंट्रोल' या क्रियापदाचीच जरुरी आहे आणि 'त्याची सूत्रे खुद्दाकडून हलत होती' याचे भाषांतर 'The affair was being controlled by the Maharaja himself,' असेच करणे प्राप्त आहे. आणि तेच वस्तुस्थितीला धरून होते. कारण, ते डांबर-प्रकरणच इतके महत्त्वाचे होते की, महाराजांवर त्यांच्या हितशत्रूंनी उठविलेल्या इतर गंडांतरांच्या अनुभवामुळे, ते तडीला लावण्यासाठी त्यांना स्वतःच सर्व सूत्रांवर नजर ठेवून बसणे प्राप्त होते. शब्दयोजना करताना शाहू महाराजांच्या पोझिशनचाही विचार केला पाहिजे. महाराज आपल्या राज्यात स्वयंनिर्णयी स्वतंत्र सत्ताधारी नृपती होते. इच्छामात्रे करून रावाचा रंक व रंकाचा राव करण्याची त्यांची शक्ती होती? मनात आणतील त्याला फासावर लटकविताना त्यांचा हात धरणारा कोण होता? कोणत्याही गोष्टीत असल्या सर्वसमर्थ छत्रपतीला 'वायर पुलिंग' करण्याचे कारणच काय? अर्थात, या भाषांतरित शब्दयोजनेत विवेक तर नाहीच नाही; पण त्यातील अंतर्भूत 'बॅड सेन्स'मुळे साऱ्या संदर्भात खोडसाळ घाण उत्पन्न केली. एका शब्दयोजनेचा जर हा प्रताप तर चार फुलस्केप टाईप रिटन भाषांतरात किती गोंधळ असतील, ते हरि जाणे! सारांश भाषांतराची भट्टी म्हणजे एक राजमान्य गंडांतरच होय.''

“शिवाय, मागचा-पुढचा संदर्भ विचारात घेऊनच कोणत्याही पुढील-मागील वाक्यातून अर्थनिष्पत्ती काढावयाची असते. ‘भाऊरावांची अटक (अत्याचार नव्हे हो!) केवळ पोलिसी प्रेरणेचीच होती असे नव्हे’ तर ‘त्याची (अटक करण्याची वगैरे) सूत्रे खुद्दाकडूनच हलत होती.’ इत्यादी वाक्याचा अर्थ लावताना पूर्वीच्या कलमातील मजकूर संदर्भार्थ घेतल्याशिवाय कसे भागेल? ‘या कामी बलिदानासाठी निश्चित ठरविलेल्या अजापुत्राचे जातभाईच जर इतर हितशत्रूंसह अहमहमिकेने पुढे सरसावले, तर चोर सोडून संन्याशाला फाशी द्यायला पोलिसांच्या बापाचे काय वेचते?’ या विचाराशी ‘मग त्याच्या मागे पोलिसांची कानचावणी असो, नाही तर लठ्ठ्यांच्या हितशत्रूंची हातलावणी असो’ हे उद्‌गार संदर्भात घेतले, तर भाऊरावांची अटक केवळ पोलिसी प्रेरणेची नसून लठ्ठ्यांच्या हितशत्रूंच्या चिथावणीचीच होती, हा स्पष्टार्थ साधारण बुद्धीच्या वाचकालाही उमजण्यासारखा आहे.”[२१]

अशी बदनामी शत्रूही खरे मानणार नाही!

प्रबोधनकारानी पुढे म्हटले आहे की, म. फुले व शाहू महाराज या थोर पुरुषांविषयी आपले विचार काय आहेत, हे गुदस्त सालीच कोल्हापुरात फुले पुण्यतिथीनिमित्त झालेल्या पाच जाहीर सभांमध्ये आपण हजारो आबालवृद्ध ब्राह्मण- ब्राह्मणेतर स्त्री-पुरुषांसमोर मांडले असतानाही आपणावर शाहू महाराजांची बदनामी केल्याचा आरोप यावा, ही गोष्ट आश्चर्यजनक आहे. महाराजांचे कडवे शत्रूसुद्धा हा आरोप खरा आहे, असे मानणार नाहीत असे सांगताना ते लिहितात, “शाहू महाराजांच्या हितशत्रूंत विशेष प्रमुख वर्ग म्हटला, म्हणजे जहाल चित्पावन ब्राह्मणांचा. ही गोष्ट म्हणजे काही नवीन अपूर्व नव्हे. ‘ठाकरे यांनी शाहू महाराजांची बदनामी केली, अशी बातमी कोणी एखाद्या नाजूक आतड्याच्या प्राण्याने एखाद्याला कट्टर फत्तर चित्पावनाच्या कानात फुकली, तर तोसुद्धा ‘स्वप्नातही ही गोष्ट खरी मानणार नाही’ असे धडकावून उत्तर दिल्याशिवाय राहणार नाही. मग इतरांची काय कथा”?[२२]

अत्याचाराचा आरोप महाराजांकडे जातोच कसा?

डांबर प्रकरणी भाऊराव पाटलांच्या वर कोल्हापुरात पोलिसी अत्याचार झाले हे खरेच; पण त्याचा प्रत्यक्षाप्रत्यक्ष आरोप महाराजांवर होऊ

शकत नाही, असे प्रबोधनकारांचे म्हणणे होते. ते म्हणतात –

"भाऊराव प्रकरणी कोल्हापुरी पोलिसांकडून घडलेल्या अत्याचाराचा प्रत्यक्षाप्रत्यक्ष आरोप महाराजांकडे जाऊच कसा शकतो? मथळा तर 'कोल्हापुरी पोलिसांचे अत्याचार' असाच आहे. 'शाहू महाराजांचे अत्याचार' असा नाही. डांबर प्रकरणाचा तपास लावण्याची सर्व सूत्रे खुद्द महाराजांनी जरी हाती ठेवली होती, तरी सर्व लहानसहान गोष्टी ते स्वत:च चोखाळीत होते की काय? त्यांच्या सत्तेखालच्या सर्व उच्च-नीच दर्जाच्या अंमलदारांच्या रिपोर्टप्रमाणे महाराज फक्त हुकूम देण्याचे धनी; पर अंमलबजावणी कशी होते, हे त्यांना काय समजणार? अंमलबजावणीच्या कामी कनिष्ठ अधिकाऱ्यांकडून विशेषत: पोलिसांकडून होणारे लहान-मोठे अत्याचार वरिष्ठ अधिकाऱ्यांना आपोआप उमगण्याचे कर्णपिशाच्च यंत्र जर कोणी शोधून काढलेले असते, तर कोणत्याही राज्यात अत्याचाराचा मागमूसही उरता ना आणि बॅरिस्टर सावरकरांनासुद्धा आपल्या अंदमानच्या हृदयद्रावक कहाण्या प्रसिद्ध करण्याचा प्रसंगच येता ना!"[२३]

अंदमानात सावरकरादी देशभक्तांचा अनन्वित छळ केला गेला. यमपुरीपेक्षा राक्षसी अत्याचार त्यांच्यावर करण्यात आले; परंतु या अत्याचाराचा आरोप हिंदुस्थानचे कारभारप्रमुख असणाऱ्या व्हाइसरॉयवर कोणी केला, तर ते शहाणपणाचे होणार नाही, असा दाखला देऊन प्रबोधनकार म्हणतात, "सारांश, कोल्हापुरी पोलिसांच्या अत्याचाराचा संबंध महाराजांशी जोडण्याचा अर्थ आमच्या वाक्यातून मुळीच निघत नाही आणि तसा आमचा हेतूही नव्हता व कधी असणारही नाही. महाराजांना या गोष्टी फार मागाहून कळल्या व त्याविषयी काही कडक उपायही त्यांनी योजले होते. अत्याचाराच्या खरे-खोटेपणाविषयी शंका निरसनार्थ सावरकराप्रमाणे भाऊराव पाटील ईश्वरकृपेने प्रत्यक्ष जिवंत आहेत आणि त्यात महाराजांचा काही संबंध असल्याचे तेही जर म्हणत नाहीत, तर आम्ही तरी कोठून विधान करणार. सारांश, कोणत्याही दृष्टीने पाहिल्यास आमच्या विधानात शाहू महाराजांच्या चारित्र्याला धक्का देण्याइतके सूक्ष्म अथवा भरीव काहीच नाही; मात्र भलत्या कल्पनेची कावीळ झालेल्या डोळ्यांना सगळा लेखच पिवळा दिसला, तर आम्हापाशी कसलाच उपाय नाही."[२४]

प्रबोधनकारांचा इंग्रज अधिकाऱ्यांना सवाल

मुळात आपल्याविरुद्ध कोणी तक्रार केली आहे, अशी पृच्छा प्रबोधनकारांनी कलेक्टरसाहेबांस केली, तेव्हा ते म्हणाले की, ओरिएन्टल ट्रान्सलेटरने हे भाषांतर आपल्या पुढे ठेवले आहे; अशा गोष्टी आपल्या नजरेस आणणे हे त्याचे कर्तव्य आहे; या पलीकडे आपणास काही माहीत नाही!

साहेबाचे हे उत्तर खरे मानले तर कोल्हापूर संस्थान व शाहू महाराज यांची बीभत्स व बेजबाबदार निर्भर्त्सना पुण्याची ब्राह्मणी पत्रे करत असता या ओ.ट्रा.ची आणि पुण्याच्या कलेक्टराची कर्तव्यदक्षता कोठे गेली होती, असा सरळ सरळ सवाल, प्रबोधनकारांनी उपस्थित केला आहे. एवढेच नव्हे तर, "गुदस्त सर्रास भटीपत्रांतून होळकरांची बीभत्स विटंबना सुरू असता ओ.ट्रा.ने हीच कर्तव्यदक्षता गाजविली होती काय? देशी संस्थानांची सकारण, निष्कारण विटंबना करणाऱ्या किती भटीपत्रकारांना सरकारने आजपर्यंत जाब विचारला आहे? का भटांना सारे खून माफ करण्याचा मनुस्मृती अंमल अजूनही चालू आहे?" असे दुसरे सवालही प्रबोधनकारांनी इंग्रज सरकारास विचारून त्यांच्या ब्राह्मणी पत्रांबाबतच्या बोटचेपी धोरणाची खिल्ली उडविली आहे![२५]

ब्रिटिश मुलखातील वृत्तपत्रांच्या हल्ल्यापासून संस्थानिकांचे संरक्षण करणारा Princes Protection Act नावाचा कायदा अस्तित्वात होता. या कायद्याचा बडगा होळकर बदनामीप्रकरणी ब्राह्मणी पत्रांवर उगारावा, अशी मागणी खुद्द प्रबोधनकारांनी अनेक मराठी व इंग्रजी लेख लिहून इंग्रज सरकारकडे केलेली होती; पण तिकडे मात्र सरकारच्या ओ.ट्रा.चे लक्ष गेलेले नव्हते. असे का व्हावे, याचा शोध घेताना प्रबोधनकारांनी जेव्हा हा मूळ कायदा वाचला, तेव्हा त्यांच्या लक्षात आले की, इंग्रज सरकारने तशी दखल घेण्यासारखी खुद्द संस्थानिकाने तशी तक्रार करणे गरजेचे आहे; पण जेव्हा 'कोल्हापूर' प्रकरणी तशी काही तक्रार आलेली आहे काय असे त्यांनी कलेक्टर साहेबास विचारले, तेव्हा ते उत्तरले, "ते मला समजण्यास मार्ग नाही."[२६] अर्थात हे उत्तर केवळ उडवाउडवीचे होते, हे उघड होते; पण सत्तेपुढे प्रबोधनकारांचे शहाणपण काय चालणार!

शाहू महाराजांसाठी लाख वेळा दिलगिरी

प्रबोधनातील या लेखाच्या शेवटी ज्या एका वाक्याने हे सर्व रामायण घडून आले, त्याबद्दल खुल्या दिलाने दिलगिरी व्यक्त केलेली आढळते. अर्थात, ही दिलगिरी कोल्हापूर दरबारच्या रोखाने होती. त्यात त्यांनी म्हटले होते, "तथापि लेखी नसेल तर तोंडी काहीतरी सूचनेचा प्रकार झाल्याशिवाय ही तक्रार जन्माला आली नसावी. खास काहीही असो आणि तक्रार करणारा कोणीही असो; आम्ही आमचा खुलासा स्पष्टपणे केला आहे, तेवढ्याने कोणाची शंकानिवृत्ती खास होईल, अशी आम्हाला आशा आहे. कोणत्याही बाबतीत प्रमादाक्षमत्वाची (infallibility) घमेंड आम्ही मारणे शक्यच नाही. ते माणसाला साधत नाही, ते माणुसकीचेही होणार नाही. अर्थात, वृत्तपत्रकारांचे सत्यनिरूपणाचे प्रामाणिक कर्तव्य बजावीत असताना एखाद्या शब्दाने, वाक्याने, संदर्भाने किंवा आणखी कशानेही कोणाचीही मनोवृत्ती दुखावली गेली असल्यास केवळ शाहू महाराजांसाठी एक सोडून लाख वेळा दिलगिरी व्यक्त करण्याचा दिलदारपणा (chivarly) प्रबोधनकारांत खास आहे."[२७]

शाहू महाराजांबरोबर ऋणानुबंधही गेले!

आपल्या लेखातील एका विधानावरून कोल्हापूर दरबारचे मन दुखावले गेले असल्यास प्रबोधनकारांनी दिलगिरी व्यक्त केली; पण त्या अगोदर आपल्या मनातील सात्त्विक संताप व्यक्त करण्यास ते विसरले नाहीत. त्यांनी आपला संताप सडेतोड शब्दांत मांडला आहे, "ठाकरे आणि शाहू महाराज यांचा परस्पर जिव्हाळ्याचा ऋणानुबंध काय होता आणि ते हयात असताना व दिवंगत झाल्यापासून आजपर्यंत त्यांच्या चारित्र्यावर हल्ले करणाऱ्यांचा समाचार घेण्यात ठाकरे यांच्या वाणी, लेखणीने किती धडाडीच्या टकरा दिलेल्या आहेत, याची पूर्ण जाणीव नसणारा, एकही जहाल भट पत्रकार अवघ्या महाराष्ट्रात औषधाला मिळायचा नाही; इतरांविषयी गोष्टच नको. १९१६ सालापासून शाहू छत्रपतींवर भिक्षुकी शापांचा ज्या वेळी उघड गुप्त मारा झाला, त्या वेळी ठाकऱ्यांच्याच लेखणीने केवळ कोदण्डाचे टणत्कारच नव्हे, तर शरवर्षावाचा मुसळधार पाऊस पाडून शाहू महाराजांच्या वतीने निकराचा संग्राम केलेला आहे. विजयी मराठा व राष्ट्रवीर या मराठ्यांच्या जबाबदार

मुखपत्रांच्या संपादकीय कॉलमांच्या मैदानावरूनसुद्धा अनेक महत्त्वाच्या प्रसंगी ठाकऱ्यांचा तोफखाना दणाणलेला आहे. भटी पत्रांतून आणि व्याख्यानांतून होणाऱ्या उघड हल्ल्याची गोष्टच काय; पण नुसता चुटपुटता खोडसाळ संदर्भ (insinuation) जरी कोठे आढळला, तरी त्याचाही यथास्थित समाचार घेण्यास ठाकऱ्यांची लेखणी किती जागरूकतेने आपली छत्रपतिनिष्ठा बजावीत असे, हे बेळगावच्या राष्ट्रवीरातील (२१ मे १९२२) 'केसरीचा बेशरमपणा' या अग्रलेखावरून पडताळून पाहावे. मराठ्यांचा किंवा ब्राह्मणेतरांचा वृत्तपत्री 'आर्टिक्युलेट' (बोलके)पणा ही कालपरवाची वाढ आहे. तत्पूर्वी, शाहू छत्रपतींवरील नानाविध गंडांतरांच्या प्रसंगी कायस्थी लेखण्याच खर्ची पडलेल्या आहेत आणि त्याची सेवा निष्काम वृत्तीचीच झालेली आहे. ही गोष्ट म्हणजे मोठेसे काही गौप्य नव्हे. याबद्दल सर्वांच्या बरोबर ठाकरे यांनीही पुष्कळ लोकनिंदा व उपहास सहन केलेला आहे व आज करीत आहे. विद्यमान छत्रपती व त्यांच्या नव्या प्रभावळीतील नवथर मुत्सद्दी यांना या ऋणानुबंधांची पुसटसुद्धा कल्पना असणे शक्य नाही. तिची त्यांना अटकळही कधी व्हायची नाही. ती व्हावी अशी आमची इच्छाही नाही. जुन्या ऋणानुबंधाचा धागा नव्या मध्यंतराला जोडून स्वार्थाचा किंवा मानमान्यतेचा भिक्षुकी लगा लावून ठेवण्याची भटगिरी आमच्या जातीच्याच रक्तात नसल्यामुळे शाहू महाराजांच्या दुर्दैवी निधनकाळापासून तो आतापर्यंत नवीन छत्रपती किंवा त्याचे नवीन कारभारी यांच्या 'दर्शनाची' उठाठेव करण्याच्या फंदात आम्ही मुळीच पडलो नाही. पडण्याची इच्छा नाही. शाहू महाराज गेले, त्यांच्याबरोबर आमच्या ऋणानुबंधाचे, परस्पर-विश्वासाचे आणि इतर सर्व गोष्टींचे धागेदोरे गेले! त्याची ओढाताण नवीन पालवीच्या पायरीपर्यंत लाळघोटी कलाच आम्हाला साधलेली नाही, त्याला काय इलाज?''[२८]

आंधळी शाहूभक्ती काय कामाची?

माणूस म्हटला, की त्याच्या ठिकाणी गुणांबरोबर दोषही असणार, याला शाहू महाराज हे छत्रपती झाले तरी अपवाद कसे ठरणार, असा एक महत्त्वाचा मुद्दा या चर्चेच्या संदर्भात प्रबोधनकारांनी उपस्थित केला आहे. ''आम्हा महाराष्ट्रीयांच्या ठिकाणी व्यक्तिपूजेची एक विचित्र

(Crude) भावना निर्माण झालेली आहे; ती म्हणजे, त्यांना त्यांची प्रत्येक आवडती (पूज्य) व्यक्ती सकलगुणालंकृतच वाटते. मग ती व्यक्ती लो. टिळक असोत वा शाहू महाराज असोत. इंग्लंडच्या क्रॉमवेलची 'Paint me as I am' ह्या उक्तीतील रहस्य या अंधभक्तांना दिसत नाही,'' असे सांगून प्रबोधनकार पुढे लिहितात, ''शाहू महाराजांकडे किंवा कोणाकडे असल्या आंधळ्या भक्तीने पाहण्याची दृष्टी आम्हाला नाही. महाराजांनी तंजावर केससारख्या अनेक भानगडीच्या प्रसंगी आमचा सल्ला घेतलेला आहे. शेकडो बैठकींत नानाविध प्रश्नांवर चर्चा केल्या आहेत; परंतु कोणत्याही मते त्यांच्या मुद्द्यावर त्यांनी आमच्या स्पष्टोक्तीने नाराज होण्याचा राजेपणा दाखविला नाही. महाराज हयात असतानासुद्धा त्यांच्यावर प्रबोधनात दोन-तीन वेळा कडक टीका करण्याचा आमच्यावर प्रसंग आला होता (उदाहरणार्थ, 'अंबाबाईचा नायटा', प्रबोधन १/११/१९२१ पाहा), पण तेवढ्याने त्यांनी त्यांच्या अंध भक्ताप्रमाणे नाक फेंदारले नाही. उलट आम्हाला पन्हाळा लॉजमध्ये भेटीस बोलावून त्या त्या बाबतीतल्या कारणांची व धोरणांची चिकित्सा केली. शाहू महाराज हयात असताना ज्या प्रबोधनकारांच्या स्पष्टोक्तीत त्यांच्या बदनामीचा (insinuation)चा त्यांना वाससुद्धा आला नाही, मतभेदाच्या कडाक्याच्या वादविवादात त्यांना आपली 'राजकीय इज्जत' जखमी झाल्याचा कधी संशय आला नाही; एखाद्या बाबतीत आम्ही मौन धरल्यास I say now break the ice or I will break your head म्हणून विनोदाने आमच्या स्पष्ट अभिप्रायाला ते व्यक्त करायला लावीत, त्याच शाहू महाराजांविषयी एका सत्यनिरूपणाच्या मजकुरात त्यांच्या मृत्यूनंतर, 'कोणाला तरी' पटकन बदनामीचा वास यावा हे बदललेल्या मनुच्या बदललेल्या घ्राणेंद्रियाचेच चिन्ह नव्हे काय?''२९

शाहू महाराज म्हणजे महाराष्ट्रव्यापी महापुरुष

शाहू महाराज हे केवळ इतर संस्थानिकांसारखे आपल्या सुखविलासापुरते पाहणारे व आपल्या राज्यातच गुरफटून राहणारे राजे नव्हते. अखिल महाराष्ट्र, एवढेच नव्हे तर अखिल हिंदुस्थान हे त्यांचे कार्यक्षेत्र होते. प्रबोधनकारांनी महाराष्ट्राच्या जडणघडणीतील त्यांचे नेमके स्थान ओळखले होते. महाराजांमुळेच कोल्हापुरास महाराष्ट्राच्या समाजकारणात अग्रगण्य

स्थान प्राप्त झाले होते. म्हणूनच प्रबोधनकारांनी कोल्हापुरास महाराष्ट्राचा 'रायगड' असे म्हटले आहे. या संदर्भात ते म्हणतात, "इतर एकलकोंड्या संस्थानिकांप्रमाणे शाहू महाराजांच्या चळवळी खास 'संस्थानी' नव्हत्या. त्यांच्या राजकारणाचा व्याप कोल्हापूरच्या टीचभर हद्दीत वावरत नव्हता. करवीरस्थ प्रजाजनांचे ते नृपती असले, तरी अफाट महाराष्ट्राच्या बहुजन समाजाचेच ते स्वयंसेवा वृत्तीचे परिच्छिन्न (recognised) पुढारी होते. त्यांच्या हयातीपर्यंत महाराष्ट्रीय ब्राह्मणेतरांचे नानारंगी राजकारण कोल्हापुरात शिजत असे. त्या वेळी कोल्हापूरविषयी चिमुकली संस्थानी भावना मागे पडून, कोल्हापूर 'महाराष्ट्राचा रायगड' समजला जात असे. अर्थात, असल्या सार्वजनिक महाराष्ट्रीय पुढाऱ्याच्या चारित्र्यावर वाटेल त्या दिशेने दृष्टी फेकण्याचा अखिल महाराष्ट्राला पूर्ण अधिकार आहे. अशा वेळी संस्थानिकपणाच्या टिचभर कोंडाळ्यात या महाराष्ट्रव्यापी महापुरुषाच्या चारित्र्याला व चरित्राला कोंबून जरा कोणी कोठे फट् म्हटले की प्रिन्सेस प्रोटेक्शन ॲक्टच्या लावालावीची धावाधाव करण्याइतकाच मनाचा मवाळपणा, शाहू महाराजांच्या 'पावलावर पाऊल' टाकून चालणाऱ्याच्या प्रकृतीत असेल, असा आमचा सध्या तरी सूर वाहत नाही. मग जुन्या डोळ्यांना नवीन तमाशे काय काय दिसतील, ते कोणी सांगावे?"३०

शाहू महाराजांशी प्रबोधनकारांचे फार जिव्हाळ्याचे व ममतेचे संबंध होते. महाराजांचाही त्यांच्यावर अकृत्रिम लोभ होता. या गोष्टीची खरे तर कोल्हापूर दरबारला जाण असायला हवी होती; पण तसे घडले नाही, याचा राग प्रबोधनकारांना आला होता. शाहू महाराजांच्या या तथाकथित बदनामीबद्दल दिलगिरी व्यक्त करतानासुद्धा त्यांनी हा राग दडवून ठेवलेला नाही. आपल्या खास भाषाशैलीत त्यांनी दरबारी मंडळींचा समाचार घेतला आहे, हे आपण पाहिलेच आहे. या सर्व प्रकरणात शाहू महाराजांनंतर गादीवर आलेल्या राजाराम महाराजांचे काही अंग असेल, असे मात्र प्रबोधनकारांना वाटलेले नाही, हेही त्यांनी स्पष्टपणे नमूद केले आहे.

या सर्व बदनामी प्रकरणावर लिहिताना प्रबोधनकारांनी कळतनकळत शाहू महाराजांविषयी जे उद्गार काढलेत, ते आमच्या दृष्टीने ऐतिहासिक महत्त्वाचे आहेत. त्यांनी महाराजांचे वर्णन 'महाराष्ट्रव्यापी महापुरुष'

असे केले आहे! अशा प्रकारचा गौरव महाराष्ट्रातील अन्य कोणा नेत्यास मिळालेला आहे, असे वाटत नाही. प्रबोधनकारांनी या दोन शब्दांत आधुनिक महाराष्ट्राच्या जडणघडणीत राजर्षी शाहू छत्रपतींनी केलेल्या कार्याची महतीच सूचित केलेली आहे! आज शाहू महाराज व प्रबोधनकार हे दोघेही हयात नाहीत; पण आज प्रबोधनकार हयात असते तर त्यांना महाराजांच्या कार्याची महती राष्ट्रीय स्तरावर जाऊन ते 'भारतव्यापी महापुरुष' झाल्याचे पाहून कृतकृत्य वाटले असते!

प्रबोधनकार आणि कर्मवीर

प्रबोधनकार ठाकरे आणि कर्मवीर भाऊराव पाटीले हे तसे समवयस्कच होते; पण भाऊराव त्यांना वडीलकीचा मान देत. एवढेच नव्हे, तर त्यांना ते मार्गदर्शक मानत.

या दोघांची पहिली भेट १९२२च्या एप्रिल महिन्यात शिवजयंतीच्या निमित्ताने झाली. साताऱ्याच्या शिवजयंतीच्या कार्यक्रमाला 'व्याख्याता' म्हणून भाऊरावांनी प्रबोधनकारांना बोलाविले होते, याचा उल्लेख मागे येऊन गेलाच आहे. त्या दोन-तीन दिवसांत प्रबोधनकारांच्या भाषणांनी व भाऊरावांच्या सत्यशोधक जलशांनी साताऱ्यात धमाल उडवून दिली.

भाऊरावांनी आपल्या वगनाट्यात तरुण ब्राह्मण विधवांची दु:खे अशा प्रभावी शब्दांत मांडली, की ऐकणाऱ्यांची मनेही हेलावून गेली. समोर बसलेल्या जनसमुदायातून नाभिक समाजाची शे-दीडशे मंडळी उभा राहिली आणि त्यांनी जाहीर केले – ''उद्यापासून जो नाभिक बायाबापड्यांना शिवेल तो आपल्या जन्मदात्या आईला हात लावील!'' भाऊराव पाटील म्हणजे काय चीज आहे, हे प्रबोधनकारांच्या या वेळी लक्षात आले.

फकिरी वृत्तीचा स्वीकार

भाऊराव या वेळी किर्लोस्करवाडीच्या किर्लोस्कर कंपनीत लोखंडी नांगराचा प्रचार व प्रसार करण्याच्या कामावर 'सेल्स ऑर्गनायझर' म्हणून काम करत होते. कामाच्या निमित्ताने सर्व महाराष्ट्रभर त्यांना भ्रमंती करावी लागत असे. त्या वेळी भाऊरावांचा थाट प्रबोधनकारांच्या भाषेत 'अपटुडेट नेकटाय कॉलरी साहेबी' असे.

पण, जेव्हा रयतेच्या मुलांना शिक्षण देण्याचे व्रत भाऊरावांनी अंगीकारले, तेव्हा त्यांनी त्या साहेबी पोशाखाचा त्याग करून फकिरीवृत्ती धारण केली. प्रबोधनकार आपल्या आठवणीत सांगतात, ''एक दिवस पाहतो तो घोंगडेधारी पाटलाची स्वारी दत्त म्हणून स्वाध्यायाश्रमात हजर. मांजरपाटी जाडेभरडे धोतर, अंगात तसलाच एक घोळ सदरा, माथ्यावर कांबळ्याची टोपी, खांद्यावर भलेमोठे घोंगडे. पठ्ठा आला, तो लगेच आश्रमीय मंडळीत एकतान रंगला. सकाळी नळावर स्नान करून बाहेर जायचा तो रात्री मुक्कामाला यायचा. सकाळी फक्त चहा. जेवणाबिवणाची तोशीस नाही. भोजनोत्तर माझ्या चर्चा व्हायच्या. कशावर? मागास बहुजन समाजात आणि प्रामुख्याने अस्पृश्य समाजात शिक्षणाचा प्रसार करण्यासाठी बोर्डिंगे स्थापण्याची योजना.''[३१]

कूपर इंजिनीअरिंग वर्क्समध्ये

किर्लोस्करांकडे नोकरीस असतानाच भाऊरावांनी आपल्या सहकाऱ्यांनिशी ग्रामीण भागातील शेतकऱ्यांच्या मुलांसाठी सातारा जिल्ह्यातील दूधगाव, काले, नेर्ले अशा काही गावी वसतिगृहे चालविली होती. याच कार्याचा व्याप वाढविण्यासाठी, पुढे त्यांनी १९१९ साली 'रयत शिक्षण संस्थे'ची स्थापना केली; पण नोकरीचा व्याप सांभाळून संस्थेच्या कामाकडे त्यांना पुरेसा वेळ देता येत नव्हता. त्यांना संस्था साताऱ्यास आणावयाची होती. तिथं गोरगरीब, अस्पृश्य समाजातील मुलांसाठी वसतिगृह सुरू करायचे होते. नांगर तयार करण्याच्या कारखान्यात किती फायदा होतो, हे भाऊरावांच्या चांगले लक्षात आले होते. तेव्हा एखाद्या धनवानास घेऊन आपणच असा एखादा किर्लोस्करांच्या सारखा कारखाना काढला, तर त्यातून मिळणारा आपल्या वाटणीचा पैसा (फायदा) संस्थेला मिळू शकेल, या विचाराने भाऊरावांनी किर्लोस्कर कंपनीस रामराम ठोकला आणि खानबहादूर धनजीशा कूपर या उद्योगपतीस त्यांनी राजी केले. त्यांच्या पैशाने व भाऊरावांच्या व्यवस्थापकीय कौशल्याने सातारजवळच्या पाडळी गावाच्या माळावर 'कूपर इंजिनीअरिंग वर्क्स' हा लोखंडी कारखाना उभा राहिला – (सन १९२२-२३). कारखान्याच्या उत्पन्नाचा ठरावीक भाग भाऊरावांच्या वसतिगृहास देण्याचे कूपर यांनी मान्य केले होते.

या कालावधीत भाऊराव अनेकदा मुंबईस जाऊन प्रबोधनकारांना

भेटत होते. सामाजिक प्रश्नांवर चर्चा करत होते. वारंवार होणाऱ्या भेटींतून उभयतांत स्नेहबंध दृढ होते गेले. प्रबोधनकार म्हणतात, ''हा हा म्हणता आम्ही दोघे जणू पाठचे भाऊ इतका परस्परांचा जिव्हाळा जमला.''

एवढ्यात, मुंबई कायदेमंडळाच्या निवडणुका जाहीर झाल्या. कूपर निवडणुकीस उभे राहणार होते. त्यांना असे वाटले की, प्रबोधनकारांच्यासारखा हरहुन्नरी कलमबहाद्दर आपल्या कारखान्यात जाहिरात खात्यासाठी मिळाला तर त्याचा आपणास फायदा होईल; त्यांना आपण स्वतंत्र प्रेस काढून देऊ. कूपरनी ही कल्पना प्रथम भाऊरावांच्या गळी उतरविली आणि भाऊरावांमार्फत प्रबोधनकारांना गठवून त्यांना पाडळीस आणले. आपले 'प्रबोधन' मासिक या प्रेसमध्ये छापता येईल, या विचाराने प्रबोधनकारही खुश झाले.

तो भयानक प्रसंग...

कूपर यांचा कारखाना भाऊरावांच्या कर्तबगारीने जोमाने सुरू झाला; पण त्याच्या फायद्यात भाऊरावांना वाटेकरी करण्यास ते तयार नव्हते. हळूहळू भाऊरावांना व प्रबोधनकारांना कूपरांचे 'खायचे दात' दिसून आले. कारखान्याच्या फायद्यातून साताऱ्यात गरीब मुलांचे वसतिगृह चालविण्याचे भाऊरावांचे स्वप्न विरून गेले. भाऊराव सरळ मनाचे व दिल्या शब्दांवर विश्वास ठेवणारे; पण विश्वासघात करणाऱ्यास जन्माची अद्दल घडविणारे होते. कूपरनी त्यांचा शब्द फिरविल्याचे लक्षात येताच ते बंदूक घेऊन त्यांना गोळी घालावयास धावले. प्रबोधनकार हा प्रसंग वर्णन करतात, ''मी त्या वेळी होतो सूर्यवंशी. रात्रभर जागरण व्हायचे छापखान्यात, तेव्हा सकाळी आठ वाजता उठायचा. उठून चहा पीत होतो, इतक्यात भाऊरावची बायको धावत ओरडत माझ्या तंबूवर आली. दादा धावा, हे बंदूक भरून कूपरला ठार मारायला धावले बघा. लवकर जा, लवकर जा.'' मी तसाच झपाट्याने छापखान्याच्या बाजूला धावत गेलो. कूपर गाडीतून उतरत होता आणि भाऊराव चवताळलेल्या नागासारखा फूत्कार टाकीत त्याच्या रोखाने बंदूक सरसावून चालला होता. धापा टाकीत मी भाऊरावला गाठला. कूपर हे पाहत होता आणि हसत आस्ते आस्ते त्याच्या नजरेला नजर भिडवून येत होता. झडप

घालून मी भाऊरावच्या हातातली रायफल हिसकली आणि दूर भिरकावून दिली. जवळच उभ्या असलेल्या कोणालातरी मी 'जा नेऊन ठेवा ती माझ्या तंबूत' असे दरडावून सांगितले. इतक्यात बरीच मंडळी तेथे जमली आणि आम्ही सगळ्यांनी बेभान झालेल्या भाऊराव पाटलाला कसेबसे त्याच्या झोपडीत नेऊन बसविले. 'आज पाळी टळली; पण याला खतम केल्याशिवाय मी राहणार नाही,' वगैरे संतापी बडबड तो काही वेळ करीत होता. तंबी देऊन ठेवली. पुस्तके वाचायला दिली. दोन दिवसांनंतर तो आपल्या गावी (ऐतवड्याला) आपल्या मातापितरांना भेटायला गेला आणि आठवड्याने शांतचित्त होऊन परत आला.''[३२]

भाऊरावांच्या जीवनातील हा फार महत्त्वाचा क्षण होता. त्यांच्या हातून खरोखरीच कूपर यांच्यावर गोळी झाडली गेली असती तर... प्रबोधनकारांच्या एकसष्टीला भाषण करताना आपल्या हातून कळत नकळत घडू पाहणाऱ्या या भयंकर कृत्याची त्यांनी स्पष्ट कबुली दिली आहे. या प्रसंगी ते म्हणाले,

''माझ्या शिक्षणप्रसाराच्या कार्याचा अखिल हिंदुस्थानात आज मोठा बोलबाला होऊन राहिला आहे; पण आज मी एक गुपित बाहेर फोडतो. रयत शिक्षणाची कल्पना झाली असली तरी त्या बीजाला, चैतन्याचे, स्फूर्तीचे नि उत्साहाचे पाणी घालून त्याला अंकुर फोडणारे आणि सुरुवातीच्या संकटांच्या प्रसंगी धीर देऊन, विरोधाचे पर्वत तुडविण्याचा मार्ग दाखविणारे माझे गुरू फक्त प्रबोधनकार ठाकरे. ते माझे गुरू तर खरेच; पण मी त्यांना माझ्या वडलांप्रमाणे पूज्य मानतो. का मानू नये मी? एका प्रसंगी निराशेच्या नि संतापाच्या भरात माझ्या हातून खून होणार होता. चित्त्यासारखी उडी घेऊन ठाकऱ्यांनी माझ्या हातची बंदूक हिसकावून घेऊन माझे माथे ठिकाणावर आणले नसते, तर कुठे होता आज भाऊराव आणि त्याच्या कार्याचा पसारा? ठाकरे मुंबईला राहत असले तरी मुंबई ही त्यांची कर्मभूमी नाही. त्यांची कर्मभूमी सातारा जिल्हा. आज सातारा जिल्ह्याची वाघाची डरकाळी तमाम हिंदुस्थानाला हलवीत आहे; पण हा भाऊराव पाटील छातीला हात लावून सांगत आहे की, साताऱ्याच्या आजच्या या जागृतीचा पाया २५ वर्षांपूर्वी ठाकऱ्यांच्या मुख्य मैदानी व्याख्यानांनी घातलेला आहे. हे ठाकरे विसरले तरी सातारा जिल्हा विसरणार नाही. प्रतापसिंह छत्रपती नि रंगो बापूजी

यांच्या दुर्दैवी कहाणीची ठाकऱ्यांची दणदणीत व्याख्याने सातारकर शेतकऱ्यांच्या कानांत अजून घुमत आहेत. आजच्या तरुण पिढीला ठाकऱ्यांचे लेख पूर्वीइतक्याच जाज्वल्य तडफेने मार्गदर्शन करतील, असे मी खात्रीने सांगतो.''[३३]

श्री शाहू विद्यार्थी बोर्डिंगची स्थापना

कूपरनी दगा दिला म्हणून स्वस्थ बसणारे भाऊराव नव्हते. त्यांनी साताऱ्यास आपले बिऱ्हाड हलवून एक अस्पृश्य व तीन मराठे अशा चार मुलांना घेऊन घरीच वसतिगृह सुरू केले. पुढे ते वाढत गेले आणि १९२७ साली म. गांधींच्या हस्ते त्याचे रीतसर नामकरण झाले. भाऊरावांनी आपल्या वसतिगृहाचे नाव ठेवले होते 'श्री शाहू विद्यार्थी बोर्डिंग!' त्या वेळी या वसतिगृहात मराठा, महार, मांग, मुसलमान, परीट, न्हावी, वडार, जैन, ब्राह्मण, लिंगायत व रामोशी अशा विविध समाजांचे विद्यार्थी होते; हा संदर्भ मागे येऊन गेलाच आहे. जातिभेद व अस्पृश्यता या दुर्धर सामाजिक रूढींना मूठमाती देणारा हा भाऊरावांचा अद्‌भुत प्रयत्न होता.

भाऊरावांनी आपली सर्व पुंजी या वसतिगृहाच्या उभारणीत खर्ची घातली होती; पण संस्थेस नियमित उत्पन्न नव्हते. त्यामुळे, वसतिगृहातील मुलांवर काही वेळा उपासमारीचे प्रसंग येत. अशा प्रसंगांवर मात करण्यासाठी एकदा भाऊरावांच्या पत्नीने आपले मंगळसूत्रही मोडीला घातल्याची कथा प्रसिद्धच आहे. एकदा तर भाऊराव व प्रबोधनकार हे दोघे मुलांच्या हातात रिकामी पोती देऊन रस्त्यावर आले आणि गल्लोगल्ली हिंडून त्यांनी नागरिकांकडून धान्य गोळा केले. लोकांनी त्यांना उदंड प्रतिसाद दिला. वसतिगृहाची दोन महिन्यांची बेगमी झाली!

महात्मा गांधींशी जुगलबंदी

प्रबोधनकारांनी भाऊरावांना घेऊन म. गांधींपर्यंतही धडक मारली होती. महात्माजी दलितांच्यासाठी 'हरिजन फंड' उभा करत होते. त्या फंडातून भाऊरावांच्या वसतिगृहासाठी काही मदत मिळावी, यासाठी ही भेट होती.

गांधीजी दिसायला साधेसुधे वाटत असले, तरी ते आर्थिक व्यवहाराच्या

बाबतीत फार दक्ष व व्यवहारी होते. हरिजन फंडातून मदत द्यावयास ते सहजासहजी तयार झाले नाहीत. भाऊरावांनी उत्पन्नाची काही तरतूद न करताच वसतिगृहाचे काम कशाला अंगावर घेतले असा उलटा सवाल त्यांनी प्रबोधनकारांना विचारला. तेव्हा प्रबोधनकार आणि गांधीजी यांच्यात कशी जुगलबंदी झाली, ती येथे देण्यासारखी आहे. हा संवाद खुद्द प्रबोधनकारांनी आपल्या आठवणीत सांगितला आहे, तो असा : "गांधीजी, आपण मला म्हणाला की, आधी पैशाची तरतूद केल्याशिवाय भाऊरावने बोर्डिंगचे काम कशाला अंगावर घेतले म्हणून. हे पाहा, स्पष्ट बोलतो, क्षमा करा. अस्पृश्यांच्या उद्धारासाठी तनमनाने काम करणारे जे कोणी थोडे आहेत, ते आपल्या परीने सतत झटत झगडत असतातच. आपल्या जीवनाचे ते एक व्यसन बनवितात. काही यत्न छोटे असतात, काही मोठे असतात; पण असतात. मीच काय तो एकटा हरिजनोद्धारक, असा आपला समज असेल, तर तो अस्थायी आहे. नुकतेच मी अस्पृश्योद्धारावर लिहिलेले संत एकनाथांच्या चरित्रावरचे नाटक 'खरा ब्राह्मण' रेडिओ स्टार्सच्या रंगभूमीवर येताच, पुण्यातल्या ब्राह्मण मंडळींनी त्यावर केवढे भयंकर काहूर केले, ते कदाचित आपले कानावर आले असेल."

गांधी : (कालेलकरांकडे वळून) यह सच्ची बात है काका?

काका : (गंभीर खर्ज आवाजात) आजच्या सकाळ दैनिकात वाचला होता काही त्रोटक मजकूर.

मी : काका इतर मराठी पत्रे वाचीत नाहीसे दिसतात. गेला महिनाभर ज्ञानप्रकाशचे बहुतेक स्तंभ याच प्रकरणाने भरून येत आहेत.

काका : माझ्या पाहण्यात नाही. मीही फिरतीवर असतो.

मी : नाटकाचे राहू द्या. त्याचे एवढे ते काय. त्यावर खटला झाला. नाटक निर्दोष ठरले, प्रयोग होताहेत; पण आज इतकी वर्षे भाऊराव हरिजनांसाठी स्वत:च्या संसारावर पाणी सोडून झटत-झगडत आहेत. अहो, परवा त्यांच्या सौभाग्यवतीने बोर्डिंगमधल्या हरिजन मुलांची उपासमार टाळण्यासाठी गळ्यातले मंगळसूत्र बाजारात विकले. त्याच्या कार्याची, गांधीजी आपल्यासारख्या महात्म्यांनी काही बूज राखायला हवी का नको?

गांधी : (हिंदीत) हाँ हाँ, क्यों नहीं? हरिजन के बारे में इतनी बडी तकलिफ उठानेवाला भाऊरावसरिका उनका तारणहार मैंने और कहीं

देखा नही। भाऊराव महाराष्ट्र का एक भारी भूषण है ।

मी : या सर्टिफिकिटाने का त्यांच्या कार्यातल्या अडचणी दूर होणार आहेत? आपण म्हणता, आय एम ए बेग्गर विथ ए बौल. आपण बेग्गर तर खरेच; पण रॉयल बेग्गर आहात नि भाऊराव रियल बेग्गर आहेत. आज रॉयल बेग्गरकडे रियल बेग्गर भीक मागायला आला आहे.

गांधी : (खदाखदा) हम रॉयल बेग्गर कैसे, ठाकरेजी?

मी : हो. रॉयल नाही तर काय? ताजमहालाला लाजवेल अशा या पर्णकुटीत आपली वस्ती नि येथे बसून आपल्या हरिजनांच्या उद्धाराची चिंता वाहणार! उंच अंतराळी विमानात बसल्या बसल्या खाली पृथ्वीवरच्या गटारात वळवळणाऱ्या किडी-किटकांचा उद्धार करण्याची प्रवचने झोडण्यासारखेच आहे हे. भाऊराव हरिजनांबरोबरच झोपडीत राहतो. त्यांच्याबरोबर खातो-पितो.

गंगाधरराव : अहो ठाकरे, कुणापुढे बसून तुम्ही हे बडबडत आहात, याचा काही विचार? माणसाने आपली पायरी सोडू नये.

मी : अहो गंगाधरराव, डोळे वटारून इतके गुरकावू नका. त्या डोळ्यांत वडस म्हणून वाढलो तर सात पिढ्या कायम उमटेन. तुमच्यासारख्यांनी हांजी हांजी करून चालविलेल्या गांधीजींच्या बुवाबाजीला मला टेकू द्यायचा नाही. मी आहे फटकळ.

गांधी : जाने दो, जाने दो गंगाधररावजी! ठाकरेजी इज द ॲडव्होकेट ऑफ अवर भाऊराव.

भाऊराव : ॲडव्होकेटच नव्हे महात्माजी, माझे गुरू नि मार्गदर्शक आहेत हे.

मी : मी असेन ॲडव्होकेट; पण आपण बॅरिस्टर आहात नि वादविवादात नि विधानकौशल्यात आपण ब्रिटिशांनाही पाणी पाजले नि पाजीत आहात. हे राहू द्यात. बोला. हरिजन फंडातून आपण भाऊरावला किती मदत करणार आहात ते बोला.

गांधी : मला चार महिन्यांची मुदत द्या. योग्य ते अगत्य करीन.

मी : चार महिन्यांची? छे! छे! फार तर एक महिन्याची. (त्यावर तीन महिने, दोन महिने, अशी घासाघीस झाली; पण ती सारी हास्यविनोदात.)

गांधी : यू आर ए स्टिफ् ॲण्ड स्टबबॉर्न फेलो, मिस्टर ठाकरे. मी आजच तुमचा रिपोर्ट पाठवून दिल्ली कचेरीला पत्र लिहितो. झाले ना तुम्हा दोघांचे समाधान.

मी : आपला मी फार आभारी आहे; पण महात्माजी, एक महिन्याची मुदत संपली नि योग्य जवाब आला नाही, तर मात्र आपण जेथे असाल तेथे अस्साच येऊन उभा राहीन, हे लक्षात ठेवा.

गांधी : यू बोथ आर वेलकम एनी टाईम एनिव्हेअर.

आम्ही निरोप घेऊन गडाखाली उतरलो. ऊन कडाडले होते. परतताना तेथे टांगा कुठला? पायपिटी करीत स्टेशनवर आलो नि तेथे टांगा केला. भाऊराव साताऱ्याला गेला.

पंधरा दिवसांनी भाऊराव परत आला. माझ्या हातात एक पत्र ठेवले. हरिजन फंडाच्या दिल्ली कचेरीने ते त्याला सातारच्या पत्त्यावर लिहिले होते, "आपल्या शाहू छत्रपती हरिजन बोर्डिंगला दरसाल एक हजार रुपयांचे अनुदान देण्याचा कार्यकारी मंडळीने ठराव केला आहे. लवकरच चेक पाठविण्यात येईल." असा त्यातला मजकूर.

मी म्हटले, "भाऊराव, दंडा दाखविल्याशिवाय परमेश्वरही प्रसन्न होत नाही, असा तुझा माझा ग्रहयोग आहेसा वाटतो."[३४]

महात्मा गांधी म्हणजे कोणी सामान्य व्यक्ती नव्हती; पण अशा मोठ्या व्यक्तींच्या दबावाखाली जाऊन त्यांचे प्रत्येक विधान शिरसावंद्य मानून आपला कार्यनाश घडवून आणण्याचा वेंधळेपणा प्रबोधनकारांना ठाऊक नव्हता. वरील संवादात गांधीजींसारख्या बॅरिस्टर माणसालाही ते हार गेले नाहीत; उलट आपली बाजू पटवून देण्यात ते यशस्वी झाले आहेत, हे स्पष्ट दिसते. गांधीजींच्या समोर ते इतक्या नि:स्पृहपणे व फटकळपणे वागू शकले, याचे मूळ कारण त्यांची स्वभावप्रकृती हे तर आहेच; पण त्याशिवाय त्यांना गांधीजींकडून स्वत:साठी काहीच मागायचे नव्हते आणि जे मागायचे होते, ते गोरगरिबांच्या मुलांसाठी मागायचे होते; आणि म्हणून गांधीजींनी हा प्रबोधनकारांचा फटकळपणा हसण्यावारी नेला!

खानबहाद्दरांनी मार खाल्ला

१९२३च्या निवडणुकीत कूपर निवडून आले होते. त्या वेळी

भाऊराव व प्रबोधनकार कूपरच्या कारखान्यात होते; पण त्यांच्या प्रचार मोहिमेत या दोघांनी फारसा भाग घेतला नव्हता; पण आता १९२६मध्ये पुन्हा निवडणुका आल्यावर व कूपर त्यासाठी उभे राहिल्याचे पाहिल्यावर या दोन मित्रांनी त्यांना चारीमुंड्या चीत करून अद्दल घडविण्याचे ठरवले.

खरं म्हणजे, कूपर ही काही सामान्य असामी नव्हती. लक्षाधीश माणूस. डावपेचात तरबेज. मुंबई इलाख्याच्या राजकारणातील एक बडे प्रस्थ. शिवाय, सर्व सातारा जिल्हा त्यांना ओळखणारा. अशा कूपर साहेबास भाऊरावांनी साताऱ्याच्या भर चौकात आव्हानच दिले, "खानबहादूर, तुमची सारी संपत्ती व जिल्ह्यातील दारू इरेला घाला, हा भाऊराव पाटील निवडणुकीत तुम्हाला पाठीवर पालथा पाडणार आहे!"

आणि खरोखरच भाऊरावांनी प्रबोधनकारांना सोबत घेऊन सातारा जिल्ह्यातील वाळवा तालुक्यात अशा काही क्लृप्त्या लढविल्या, की खानबहादूरसाहेब या अत्यंत प्रतिष्ठेच्या निवडणुकीत सपाटून मार खाते झाले! भाऊराव काय, प्रबोधनकार काय ही अशी माणसे होती, की एकदा मनावर घेतलेले काम मग ते कितीही अवघड असो, ते तडीस नेल्याशिवाय राहणार नव्हती.

प्रबोधनकारांचे भाऊराव चरित्र

१९२६ सालीच प्रबोधनकारांनी आपल्या 'प्रबोधन'मधून 'सत्यशोधक भाऊराव पाटील यांचा अल्पपरिचय' या नावाने भाऊरावांचे छोटेसे चरित्र प्रकाशित केले होते, हे आपण पाहिले. अद्यापि भाऊरावांना 'कर्मवीर' ही पदवी लावली गेली नव्हती. महाराष्ट्राला त्यांची पहिली ओळख 'खंदा सत्यशोधक' म्हणूनच होती. अशा या सत्यशोधक भाऊरावांचे चरित्र त्यांनी कोल्हापूरच्या डांबर प्रकरणापर्यंत दिले होते. त्या पुढच्या दहा वर्षांच्या भाऊरावांच्या कामाचा वृत्तान्त ते प्रबोधनाच्या पुढील अंकात देणार असावेत; पण तेवढ्यात सातारच्या डिस्ट्रिक्ट मॅजिस्ट्रेटने फर्मान काढून त्या चरित्र प्रकाशनावर बंदी आणली, हेही आपण पाहिले.

या सरकारी बंदीमुळे भाऊरावांचे चरित्र अपूर्णच राहिले. ही साहित्याचीच नव्हे, तर महाराष्ट्राच्या सामाजिक इतिहासाची मोठी हानी होती; परंतु

जो काही पहिला भाग प्रबोधनकारांच्या हातून लिहून झाला, त्याचेही महत्त्व कमी आहे असे नाही. त्या काळी भाऊरावांना 'पाटील मास्तर' म्हटले जाई. या पाटील मास्तरांविषयी अखिल सातारा जिल्ह्यात सामान्य लोकांत, विशेषत: दलित समाजात, किती आदरभाव वसत होता, हे या चरित्रातील एका परिच्छेदावरून ध्यानात येईल. त्यात प्रबोधनकार म्हणतात,

"सातारचे भाऊराव पाटील हे नाव आजकाल भिक्षुकी कंपूत मोठ्या आचक्या दचक्याचे झाले आहे. सातारा जिल्ह्यातच काय; पण अवघ्या महाराष्ट्रात हे नाव निघताच ब्राह्मणेतर जनतेत एका जोरदार चैतन्याचे वारे स्फुरण पावू लागते. टिळकी पुण्याईवर महाराष्ट्राच्या सर्वकारणी नेतृत्वाचे आसन फुकटाफाकट पटकविणाऱ्या नरसोपंत केळकरांपासून तो थेट टिळकी कारस्थानांना बळी पडून हतप्रभ झालेल्या अच्युतराव कोल्हटकरापर्यंत असा एकही भिक्षुक सापडणार नाही, की ज्याला भाऊराव पाटलांची कर्मयोगी कदर आणि बहुजन समाजावरील त्यांचे जिव्हाळ्याचे वजन माहीत नाही. कृतज्ञतेला पारखा न झालेला असा कोणता अस्पृश्य आहे, की जो हे नाव ऐकताच या 'पाटील मास्तरा'विषयी आदरयुक्त भावनेने आनंदाश्रू ढाळणार नाही'. सातारा जिल्ह्यात असा एकही शेतकरी नाही की भाऊरावाने ज्याच्या माजघरापर्यंत प्राथमिक शिक्षणाचे लोण नेऊन पोहोचविले नाही. ब्राह्मणेतर बहुजन प्रबोधनाची अशी एकही संस्था, चळवळ, परिषद, सभा, जलसा, व्याख्यानमाला, जत्रा किंवा शाळा आढळणार नाही, की जीत भाऊराव पाटलांचे श्रम खर्ची पडलेले नाहीत. इतकी सर्वस्पर्शी व सर्वव्यापी चळवळ करणारी ही व्यक्ती कोण आहे, कशी आहे, कसल्या ध्येयाच्या मागे लागलेली आहे इत्यादी सर्व तपशील महाराष्ट्रापुढे मांडण्याचा मान प्रथमत: प्रबोधनलाच मिळत आहे, हे या कलमाचे भाग्य होय. भाऊरावांचे चरित्र म्हणजे, तरुण महाराष्ट्राला जितके हृदयंगम तितकेच ते आत्मप्रबोधक वाटेल, अशी आशा आहे. आमची अशी खात्री आहे की, भाऊराव जर ब्राह्मण असते, निदान भटाळलेले असते, तर भिक्षुकशाहीने त्यांना आजला आकाशापेक्षाही उंच उचलून धरले असते."३५

अधिक संशोधनाची आवश्यकता

भाऊराव पाटील यांचे निधन १९५९ साली झाले; पण प्रबोधनकारांना सन १९७३ सालापर्यंत दीर्घायुष्य मिळाले. हे दोघेही शेवटपर्यंत महाराष्ट्राच्या समाजजीवनात कार्यरत राहिले. त्यांचा पत्रव्यवहार शेवटपर्यंत एकमेकांशी होत राहिला असावा. या पत्रव्यवहाराचा आता शोध घ्यायला हवा. तसा शोध घेतला गेला तर प्रबोधनकार व कर्मवीर या दोघांच्या चरित्रात मोलाची भर पडणार आहे.

पत्रव्यवहारांबरोबर या दोघांसंबंधी तत्कालीन नियतकालिकांत आलेल्या लेखांचा, तसेच या दोघांशी परिचित असलेल्या व्यक्तींच्या आठवणींचा शोध घ्यायला हवा. अशी एक आठवण प्रबोधनकारांचे एक शिष्य श्री. पंढरीनाथ सावंत यांनी सांगितली आहे ती अशी –

"प्रबोधनकार अनेकदा म्हणायचे, क्षत्रिय कसा असावा? भाऊराव पाटलांसारखा. त्याला अर्जुनासारखा प्रश्न कधी पडला नाही. अर्जुनासारखा कधी घाम सुटला नाही. बोबडी वळली नाही. लढण्याचे काम अंगावर घेतले ना? मग त्यात कुचराई नाही. पठ्ठ्याने साक्षात शाहू महाराजांचा रोष ओढवून घेतला. महाराजांचा रोष ओढवून घेणे ही साधी गोष्ट नव्हती. परिणाम भयंकर असत आणि भाऊरावांनाही ते सोसावे लागले; पण म्हणून त्यांनी तत्त्वाचा त्याग केला नाही."

"साताराचा धनजीसेठ कूपर हे मुंबई इलाख्यातले फार मोठे प्रस्थ होते. इंग्रज सरकारचा वरदहस्त त्यांच्यावर होता. मुंबई इलाख्याच्या मंत्रिमंडळातही तो होता. त्यांच्याशी होड घेणे, म्हणजे बरबादी ओढवून घेण्यासारखे होते. कूपरशेठ कोणालाही हयातीतून उठवून टाकू शकत होता आणि ते प्रकरण पचवूही शकत होता. आमच्या भाऊरावाने त्याच्याशी वाकडेपण तर घेतलेच; पण त्याला आसमानही दाखविले."

"माझा भाऊराव हा असा कर्मयोगी होता. त्याला कोण्या श्रीकृष्णाने कर्मयोग शिकविला नव्हता."[३६]

या आठवणीचे महत्त्व वेगळ्या शब्दांत सांगण्याचे कारण नाही. यातून, कर्मवीर व प्रबोधनकार यांच्यात किती जिव्हाळ्याचे नाते होते, यावर प्रकाश पडतो.

प्रबोधनकारांच्या अष्टपैलू चरित्राची उपेक्षा

राजर्षी शाहू छत्रपतींवर आता उदंड साहित्य प्रकाशित होत आहे. कर्मवीर भाऊराव पाटलांचीही मराठीत, इंग्रजीत अनेक चरित्रे प्रकाशित होत आहेत. त्या मानाने प्रबोधनकारांचे चरित्र मात्र उपेक्षित राहिले आहे. सत्यशोधक चळवळ, ब्राह्मणेतर चळवळ, वृत्तपत्रीय चळवळ अशा अनेक चळवळी गाजविणारे आणि समाजप्रबोधन, काव्यशास्त्रविनोद, इतिहास संशोधन, ललितकला इत्यादी क्षेत्रांत लीलयेने संचार करणारे प्रबोधनकार महाराष्ट्रात अजूनही उपेक्षित का राहावेत, हा खरोखरीच समाजशास्त्रीय संशोधनाचा विषय आहे.

प्रबोधनकारांनी 'माझी जीवनगाथा' नावाने त्यांच्या आयुष्यातील आठवणी प्रसिद्ध केल्या आहेत. या ग्रंथास सुप्रसिद्ध चरित्रकार धनंजय कीर यांची प्रस्तावना लाभलेली आहे. त्यामध्ये प्रारंभीच त्यांनी म्हटले आहे, "बहुजनांचे कैवारी, महराष्ट्रभूषण प्रबोधनकार केशव सीताराम ठाकरे यांचे आधुनिक महाराष्ट्राच्या धार्मिक, सामाजिक, सांस्कृतिक, वाङ्मयीन, इतिहासविषयक व नाट्यादी क्षेत्रांतील कार्य, कीर्ती नि कामगिरी मशहूर आहे. त्यांचे वादळी व्यक्तिमत्त्व विसाव्या शतकाच्या पहिल्या दशकापासून महाराष्ट्राच्या सामाजिक पुनर्घटनेच्या कार्यक्षेत्रात सतत गाजत राहिले आहे. प्रबोधनकार म्हणजे, एक बहुरंगी, बहुढंगी नि बहुरूपी कर्तृत्ववान पुरुष. जिनगर, छायाचित्रकार, तैलचित्रकार, पत्रपंडित, वादविवादपटू, शिक्षक, संपादक, नाटककार, टंकलेखक, चरित्रकार नि इतिहासकार अशा विविध भूमिका त्यांनी वठविल्या." अशा अष्टपैलू व्यक्तिमत्त्वाच्या महाराष्ट्राच्या या थोर सुपुत्राचे एक समग्र संशोधनात्मक चरित्र आज मराठीत उपलब्ध नसावे, हे एक आश्चर्यच नव्हे काय?

समाजाच्या सर्वच क्षेत्रांत वर्चस्व गाजविणारी आणि बहुजन समाजाची पिळवणूक करणारी भिक्षुकशाही, अर्थात ब्राह्मणशाही ही समाजप्रबोधनाच्या व समाजसुधारणेच्या क्षेत्रातील सर्वांत मोठी धोंड आहे, असे म. फुले यांच्याप्रमाणे प्रबोधनकारही मानत होते. स्वाभाविकच, भिक्षुकशाहीच्या मजबूत किल्ल्यावर ते हयातभर आपल्या 'प्रबोधन'च्या तोफांची मारगिरी करत राहिले. शत्रू किती सामर्थ्यशाली आहे, तो आपले किती नुकसान

करेल, याची त्यांनी कधी पर्वा केली नाही. प्रबोधनकारांचे प्रतिपक्षावर हल्ले चढविणारे साहित्य वाचत असता मला नेहमीच दोन हातांत दोन पट्टे घेऊन शत्रूवर बेभानपणे तुटून पडणाऱ्या आणि समोर येणाऱ्या शत्रू सैनिकांची मुंडकी सपासप उडविणाऱ्या बाजीप्रभू देशपांडे व मुरारबाजी देशपांडे या शिवकालीन वीरांची आठवण होत असते. योगायोगाने हे दोन्हीही महान योद्धे चांद्रसेनीय कायस्थ प्रभू समाजाचे होते आणि प्रबोधनकारही चांद्रसेनीय कायस्थ प्रभू असल्याने त्यांच्याकडे हा पराक्रमाचा वारसा चालत आला होता. त्या वारशास ते जागत होते.

अज्ञानाच्या गर्तेत पडलेल्या व भिक्षुकशाहीच्या विळख्यात सापडलेल्या बहुजन समाजास जागे करण्याचे, शहाणे करण्याचे, सत्यशोधकी व्रत प्रबोधनकारांनी स्वीकारले होते. त्यासाठी त्यांनी आपल्या 'प्रबोधन' मासिकातून, 'ग्रामण्याचा साद्यंत इतिहास' व 'भिक्षुकशाहीचे बंड' यांसारख्या ग्रंथांतून आणि सभा-परिषदांच्या व्यासपीठांवरून अथक प्रयत्न केल्याचे दिसून येते. प्रबोधनकारांचे हे प्रबोधन साहित्य वाचत असता त्यांचा हिंदू धर्म, शास्त्रे, पुराणे, इतिहास, इंग्रजी साहित्य, पाश्चात्त्य सुधारणावादी तत्त्वज्ञान इत्यादी विषयांचा किती गाढा व्यासंग होता, याची प्रचिती येते. जसे ते हाडाचे सत्यशोधक होते, तसे ते हाडाचे इतिहास संशोधकही होते; पण जिथे 'प्रबोधनकार ठाकरे'च उपेक्षित राहिले आहेत, तिथे 'इतिहास संशोधक ठाकरे' दुर्लक्षित राहिले– यात नवल ते काय!

पण, आता ही उपेक्षा थांबण्यास काय हरकत आहे? नव्या दमाच्या तरुण संशोधकांनी पुढे होऊन गेल्या शतकातील या थोर पुरुषाच्या अष्टपैलू व्यक्तिमत्त्वाचा एक एक पैलू आजच्या तरुण पिढीसमोर ठेवला पाहिजे. प्रबोधनकारांचे सत्यशोधक नेता, निर्भीड व लढाऊ पत्रकार, पट्टीचा मुलुखमैदानी वक्ता, ब्राह्मणी धर्मावर व संस्कृतीवर कडाडून हल्ले करणारा बहुजनवादी विचारवंत, कर्ता सुधारक, सत्यान्वेषी इतिहास-संशोधक, प्रतिभासंपन्न साहित्यिक, हाडाचा कलावंत अशा एकेका पैलूवर पीएच.डी.चे प्रबंध व्हावेत, अशी त्यांची कामगिरी आहे.

गेल्या शतकात अशी बहुरंगी व बहुढंगी व्यक्तिमत्त्वाची जी काही मोजकी व्यक्तिमत्त्वे महाराष्ट्रात होऊन गेली, त्यांत प्रबोधनकारांचा अग्रक्रमाने निर्देश केला पाहिजे. त्यांच्या नंतरच्या पिढीत आचार्य अत्रे व आमच्या कोल्हापूरचे भाई माधवराव बागल या दोघांची नावे नजरेसमोर

येतात. आचार्य अत्रे यांच्याबद्दल बरेच लिहिले गेले आहे. त्यांचे साहित्यही मोठ्या प्रमाणावर उपलब्ध आहे. नव्या पिढीला त्यामुळे आचार्यांची कामगिरी परिचित आहे; तसे प्रबोधनकारांचे अथवा भाई माधवराव बागलांचे नाही.

भाऊरावांच्या कार्याचा महिमा

राजर्षी शाहू छत्रपती व त्यांच्यापासून प्रेरणा घेऊन शिक्षण क्षेत्रात सर्वस्वानिशी उडी घेणारे कर्मवीर भाऊराव पाटील यांच्या कार्याची फळे महाराष्ट्रातील गेल्या दोन पिढ्या चाखत आहेत. राजकारण, समाजकारण, उद्योगधंदे, शेती, कला, साहित्य, क्रीडा अशा मराठी संस्कृतीच्या सर्वच क्षेत्रांत बहुजन समाजाची शेकडो मंडळी आज आपल्या कार्याने चमकत आहेत. त्यामागे, या दोन महामानवांचे हयातभरचे परिश्रम उभे आहेत याची जाणीव आजच्या पिढीने ठेवली पाहिजे. त्यांच्याविषयी कृतज्ञ असले पाहिजे.

राजर्षी शाहू छत्रपतींच्या कार्याची पताका प्रबोधनकार व कर्मवीर भाऊराव पाटील यांनी मोठ्या निष्ठेने व हिमतीने आपल्या खांद्यावरून मिरवीत पुढे नेली. त्यासाठी पदरमोड, अवहेलना, मनस्ताप, पश्चात्ताप, सरकार-दरबारची अडवणूक अशा अनेक गोष्टी त्यांना पचवाव्या लागल्या. खानबहादूर धनजीशहा कूपरनी भाऊरावांच्या सहकार्याने आपला कारखाना उभा केला; पण या कारखान्याच्या नफ्यातील ठरलेला वाटा जेव्हा भाऊरावांनी आपल्या वसतिगृहासाठी मागितला, तेव्हा खानबहादूरांनी त्यांना वाटाण्याच्या अक्षता लावल्या! पुढे तर मुंबई सरकारच्या मुख्यमंत्र्यांनीच, नाम. बाळासाहेब खेरांनी, भाऊरावांच्या संस्थेची सरकारी ग्रँटच बंद करून तिची कोंडी करण्याचा प्रयत्न केला; पण भाऊराव असल्या संकटांनी जिद्द व हिंमत हरले नाहीत. भाऊरावांना अडचणीत आणण्याचे ज्यांनी प्रयत्न केले, त्यांची नावेही आजच्या पिढीला माहीत नाहीत; पण भाऊरावांची छायाचित्रे मात्र आज महाराष्ट्राच्या खेडोपाडी घराघरांतून लागलेली दिसतील. हा जसा काळाचा महिमा आहे, तसा भाऊरावांच्या कार्याचाही महिमा आहे!

संदर्भ

१. राजर्षी शाहू स्मारक ग्रंथ : संपा.
   डॉ. जयसिंगराव पवार, कोल्हापूर,
   २००१, पृ. २७

२. कित्ता, पृ. २८

३. कर्मवीर भाऊराव पाटील : बा.ग.
   पवार, पुणे, २०००, पृ. ५७

४. कित्ता, पृ. १३५- १३७

५. राजर्षी शाहू स्मारक ग्रंथ,
   पृ. ५८१-५८२

६. प्रबोधनकार ठाकरे समग्र वाङ्मय,
   खंड पहिला, (माझी जीवनगाथा),
   प्रथमावृत्ती, १९९७,
   पृ. १९६-१९७

७. कित्ता, पृ. १९८

८. कित्ता, पृ. २००

९. कित्ता, पृ. २०१

१०. कित्ता, पृ. २०२

११. कित्ता, पृ. २०३

१२. कित्ता, पृ. २०८

१३. कित्ता, पृ. २०९

१४. कित्ता, पृ. २११

१५. कित्ता, पृ. २१२

१६. कित्ता, पृ. २१३

१७. कित्ता, पृ. २१३-२१४

१८. कित्ता, पृ. २१५

१९. सत्यशोधक प्रबोधनकार आणि
    कर्मवीर : प्रा. महावीर मुळे,
    काकडवाडी,
    जि. सांगली, २००६, पृ. २०२

२०. कित्ता, पृ. १९८-२०२

२१. कित्ता, पृ. २०२-२०४

२२. कित्ता, पृ. २०४

२३. कित्ता, पृ. २०७

२४. कित्ता, पृ. २०८

२५. कित्ता, पृ. २०८-२०९

२६. कित्ता, पृ. २०९

२७. कित्ता

२८. कित्ता, पृ. २०४-२०५

२९. कित्ता, पृ. २०५-२०६

३०. कित्ता, पृ. २०६-२०७

३१. प्रबोधनकार ठाकरे समग्र
    वाङ्मय, पृ. २३९

३२. कित्ता, पृ. २४९

३३. कित्ता, पृ. २५०

३४. कित्ता, पृ. ३२८-३२९

३५. सत्यशोधक प्रबोधनकार
    आणि कर्मवीर, पृ. १८३-१८४

३६. कित्ता, पृ. १४७

परिशिष्ट- १

(राजर्षी शाहू छत्रपतींच्या निधनानंतर प्रबोधनकार के. सी. ठाकरे यांनी प्रबोधनाच्या १६ मे १९२२च्या अंकात अग्रलेखाच्या स्वरूपात वाहिलेली श्रद्धांजली.)

सर्चलाईट विझला!

नेपोलियन बोनापार्टचे एक वचन आहे, 'या जगाचे नियंत्रण कल्पना करीत असते.' सर जोशुआ रेनॉल्ड्स म्हणत असे, "सर्व कला मर्यादित आहेत; पण या जगात अनियंत्रित, मोकाट सुटलेली व त्रिभुवनात वाटेल तेथे बिनधोक जाणारी येणारी जर एखादी चीज असेल, तर ती कल्पनाच होय." मानवांचे सर्व बरे-वाईट व्यवहार, त्यांच्या सर्व चळवळी, उलाढाली, युद्धे या कल्पनाशक्तीच्या स्प्रिंगवरच आपापल्या हालचाली करीत असतात. ही स्प्रिंग आकुंचित झाली, तर कलुषा कबजीच्या मताप्रमाणे करंगळीच्या अंगठीत हिरकणीप्रमाणे बसविता येते; तोच तिने आपला व्याप वाढविण्याचे जर का मनात आणले, तर साऱ्या विश्वाला गिळून तिची वृद्धीची भूक कायमच्या कायम राहते. सुखाचा सुकाळ करण्यासाठी मनुष्य आपल्या कल्पनेला शक्य तितका आत्यंतिक तणावा देऊन वाढवीत असतो. आपले काव्य अजरामर व्हावे; इतर कवींच्या कल्पना भांडारापेक्षा माझ्या काव्यातली कल्पना चातुर्याची रत्ने विशेष मौल्यवान व झगझगीत ठरावीत आणि माझ्या कल्पनेच्या इतकी उंच भरारी या जगात कोणालाही मारता येऊ नये, यासाठी

कविजन आपल्या कल्पकतेला वावडीप्रमाणे अंतराळात उंच उंच भिरकावीत असतात. राजकारणाचे डावपेच लढविण्यासाठी मुत्सद्दी जन आपल्या कल्पनाचातुर्याचा एक धागा शक्य तितका खोल पाताळात गाडतात; तो दुसरा धागा साऱ्या जगाचीही दृष्टी चकेल इतका उंच झुगारून देतात. ज्या मर्यादित बुद्धिमत्तेच्या रवीने कल्पनेच्या अफाट व अगाध सागराचे मंथन करून मानवाने खुद्द परमेश्वराची लांबी-रुंदी-उंची मापण्यास कमी केले नाही, त्याच कल्पना-मंथनातून आज बिनतारी संदेशयंत्राचे रत्न त्यांनी पैदा केले आहे आणि पृथ्वीच्या पार अंतराळात असणाऱ्या शनिमंगळादी ग्रहांवरील रहिवाशांशी रोटीबेटी व्यवहार शक्य नसला तरी निदान संदेशव्यवहार करण्याची उमेद बाळगली आहे.

सारांश, हृदयाशी सतत धडधडणाऱ्या आत्मारामाच्या चैतन्यशक्तीच्या पाटाला पाट लावून बसणाऱ्या कल्पनाशक्तीने आम्हा मानवांची सारी धडपड अव्याहत धडधडत ठेवली आहे. कल्पनेच्या मंत्राचा संदेश आला, की आम्ही आमच्या मनाच्या स्वराज्यात हव्या त्या बातबेताचे गगनचुंबी मनोरे भराभर रचताना आपल्या ताकदीकडे पाहत नाही. बुद्धीच्या मर्यादितपणाची कुंपणं आड आली तरी त्याची पर्वा करीत नाही, आणि विशेष आश्चर्याची व हास्यास्पद गोष्ट म्हणजे आमचे आयुष्य क्षणभंगुर आहे, पाण्याचा बुडबुडा आहे, बिजलीची नुसती चमक आहे, ही गोष्ट आम्ही पार विसरून जातो. कल्पनाशक्ती स्वतंत्र, तर मनुष्य पडला सर्वस्वी परतंत्र. कल्पना चिरंजीव आणि विश्वव्यापी, तर आम्ही मर्त्य आणि मर्यादित. बसल्या जागी कल्पनेच्या जोरावर आम्ही पाताळनिवासी अमेरिकनांना आश्चर्याने थक्क करू. कल्पनेच्या साहाय्याने फिरत्या पृथ्वीला तागडीने तोलून, चंद्राच्या क्षयवृद्धीची गणिते बोलबोलता फटाफट सोडवू; पण कल्पनाशक्तीच्या धाग्याइतका आम्हा मानवांच्या आयुष्याचा धागा दणकट, टिकाऊ व चिरंजीव नसल्यामुळे, आमच्या जिवाचा दिवा विझला रे विझला की, कल्पनेच्या भांडवलावर चाललेल्या मनोरथाच्या व्यापाराचे दिवाळे चुटकीसरसे वाजते. बातबेताचे किल्ले धडाधड कोसळतात. महत्त्वाकांक्षेच्या ठिकऱ्या ठिकऱ्या उडतात. पसरलेल्या व्यापांचे प्राण काळवंडू लागतात आणि कोठच्या कोठे या मृत मानवाची संगत धरून अखेर मी खड्ड्यात पडले, म्हणून पश्चात्तापाच्या झटक्याने झीट येऊन कोसळणाऱ्या कल्पनाशक्तीच्या दणक्याने सारे जग हादरू लागते.

श्रीमन्महाराज शाहू छत्रपतींची निधनवार्ता ऐकून गेल्या ६ मे रोजी साऱ्या जगाला याच दणक्याचा अनुभव आला. छत्रपतींचे घराणे व तक्त ही महाराष्ट्राच्या विशुद्ध प्रेमाची पूज्य दैवते आहेत. या दैवतांकडे आशापूर्ण नेत्रांनी आपल्या भाग्योदयाच्या सूर्यप्रकाशाची वाट महाराष्ट्र आतुरतेने पाहत असतो. करवीरकर छत्रपती महाराष्ट्राच्या पुनर्घटनेचे आत्मा होते. यामुळे तर त्यांच्या आकस्मिक निधनवार्तेचा धक्का महाराष्ट्राला अत्यंत भयंकर प्रमाणात भासल्यास नवल नाही. महाराजांच्या अनपेक्षित मृत्यूमुळे स्वत: त्यांच्या कल्पनाशक्तीचा संचार बोलबोलता अकल्पनीय स्थितीत जरी ठिकच्याठिकाणी गतिशून्य झाला, तरी तिच्या तीव्रगामी यंत्राचा एकाकी स्फोट झाल्यामुळे, साऱ्या जिवंत दुनियेच्या कल्पनाशक्तीला त्या स्फोटाने गदगदा हालवून 'एक दिन जाना रे भाई' या कबीराच्या उक्तीचे प्रत्यक्ष प्रत्यंतर आणून दिले. आशावादाची घमेंड मारणाऱ्यांना काही वेळ तरी निराशेच्या दर्यात गटांगळ्या मारण्यास भाग पाडण्यासारखा हा चमत्कार घडला. महाराजांच्या मृत्यूने साऱ्या विवेकी जगाची कल्पनाशक्ती आश्चर्याने व निराशेने स्तिमित झाली. महाराजांच्या चरणसेवेत हयात घालविणाऱ्या हुजऱ्यांपासून तो राजकारणाच्या क्षेत्रात 'बेस्ट अलाय' (उमदा दोस्त) मानणाऱ्या जॉर्ज बादशहापर्यंत सर्वांची अंत:करणे, महाराजांच्या आकस्मिक निधनामुळे दुभंगली आहेत. शाहू छत्रपती हे राजपुरुषांत, समाजसुधारकांत, विद्याप्रसारकांत आणि अस्पृश्योद्धारकांत सक्रिय तडफडीचे अग्रणी असल्यामुळे, त्या त्या क्षेत्रांतल्या लोकांच्या महत्त्वाकांक्षेला बसलेला जबरदस्त धक्का कदाचित स्वार्थमूलक म्हणून, आपण त्यांच्या शोकमग्न स्थितीकडे काणाडोळा केला तरी क्षणभर क्षम्य ठरेल; परंतु वाचकहो, विचार करा. ज्या छत्रपतींची स्वारी नुसत्या शिकारीला निघाली तरी कमीत कमी ५० माणसांचा परिवार सहज बरोबर असायचा; भराभर सुटणाऱ्या ज्यांच्या सरकारी व खासगी हुकमाची तामिली करण्यासाठी दिवाणसाहेब, प्रायव्हेट सेक्रेटरी, खाजगी कारभारी यांची पलटण जय्यत तयार असे; त्या सर्वसमर्थ महाराजांच्या अंतकाळी त्यांच्या प्रिय राणीसाहेब, लाडके युवराज किंवा खास विश्वासू दिवाणसाहेब यापैकी एकालाही त्यांच्या पुण्यदर्शनाचा अखेरचा लाभ लाभू नये, हा विपरीत दैवयोगाचा वज्राघात त्यांनी कसा काय सहन केला असेल, तो त्यांचा त्यांनाच माहीत! त्या बिचाऱ्यांच्या काळजातून

रक्ताच्या चिळकांड्या उडाल्या असतील, शोकातिरेकाच्या पहिल्याच किंकाळीला त्यांचा आवाज नष्ट झाला असेल आणि हृदयात दुःखाचा दर्या दुथडी तुफान खवळल्यामुळे त्याचे खडपे खडपे उडाले असतील ! राणीसाहेब झाल्या काय, युवराज जाले काय, कागलकर, खानविलकर असले काय किंवा दिवाणासाहेब सबनीस असले काय; त्यांचे लौकिकी अधिकार काहीही असले तरी ती बोलूनचालून तुम्हा आम्हाप्रमाणे माणसेच ना ! अधिकाराच्या टेकड्यांच्या चढणीउतारणी कितीही उंचनीच असल्या, तरी विकाराचे मैदान कोठेही पाहिले तरी सरधोपट सपाटच आढळणार !

श्रीमन्महाराज शाहू छत्रपती हे एक असे अद्वितीय पुरुषश्रेष्ठ होते की, ते अनेकांना अनेक रंगांत दिसत असत. नानाविध लोक त्यांना तसे दिसतही असत. नव्हे, आम्ही स्पष्टच म्हणतो की, ते खरोखरच नानारंगी महापुरुष होते; पण त्यात मुख्य खुबी मात्र ही असे की, प्रत्येक रंगात त्यांचे प्रावीण्य त्यांच्या प्रतिस्पर्ध्याला जागच्या जागी चारी मुंड्या चीत करण्याइतके शंभर नंबरी तेखदार असे. चित्पावनांना ते वैऱ्याप्रमाणे दिसत; देशस्थांना धार्मिक क्षेत्रांतल्या बंडखोरांप्रमाणे भासत; मुंबई व हिंदुस्थान सरकारला ते 'प्यारे दोस्त' असत, ब्राह्मणेतरांना ते मायबाप वाटत; तर अस्पृश्यांना ते खास परमेश्वराचे अवतारच भासत असत. आज हिंदुस्थानात लॉर्ड डलहौसीच्या पाट्या-वरवंट्यांतून बचावलेली संस्थाने व संस्थानिक काही थोडथोडके नाहीत; पण त्या सर्वांची बुद्धिमत्ता एकांगीच. शाहू महाराजांचे गाडे अगदीच न्यारे ! क्षेत्र राजकीय असो, सामाजिक असो, धार्मिक असो किंवा कसलेही असो. त्यात महाराजांचे प्रावीण्य तुफानी मेघगर्जनेप्रमाणे दाणादाण उडविल्याशिवाय राहायचेच नाही. एखाद्या चळवळीत कोल्हापूर सरकारची उडी पडली की 'वाघोबाची स्वारी आली रे आली' असा सर्व प्रतिस्पर्ध्यांना एकजात दांडगा वचक बसत असे. असला हा 'महाराष्ट्राचा पटाईत वाघ' दुर्दैवाने एकाएकी शांत झाल्यामुळे अनेक चळवळी व संस्था त्यांचे चैतन्यच नष्ट होते की काय, अशी वाजवी भीती आज उत्पन्न झाली आहे. त्यांच्या दीर्घसूत्री कल्पनाशक्तीने उभारलेल्या अनेक मनोरथांच्या इमारती ठिकठिकाणी अपूर्ण स्थितीत पडलेल्या आहेत. लोकजागृतीच्या चैतन्याची बीजे सर्व महाराष्ट्रभर पेरून, त्यांपैकी कित्येकांची जोमदार रोपटी व

टवटवीत कळ्या त्यांनी आपल्या डोळ्यांनी पाहिल्या, हे खरे; तथापि त्या इमारतींची पूर्णता करणे व ठिकठिकाणच्या नानाविध चैतन्याच्या रोपट्यांना वडलांच्या मागे पाणी खत घालून त्यांचे मोठमोठे वृक्ष बनविण्याची कामगिरी सरळ रेषेत श्रीमद्युवराज ऊर्फ आमचे नवीन छत्रपती राजाराम महाराज यांच्यावर येऊन पडत आहे, हे सांगणे नको.

वरवर पाहिले, तर छत्रपतींच्या निंदकांची संख्या बरीच असावी, असा समज होतो; पण हा समज खोटा आहे. प्रत्यक्ष प्रमाणावरून असे सिद्ध होईल की, त्यांच्या निंदकांचा आरडाओरडा राष्ट्रीय मुशीतला असल्यामुळे त्याचा आवाज रिकाम्या घागरीप्रमाणे जरी बराच घुमतो, तरी छत्रपतींच्या चाहत्यांची व त्यांना माय-बाप किंवा देवाप्रमाणे मानणाऱ्या लोकांची संख्या मोजवणार नाही इतकी अफाट आहे. प्रस्तुत प्रसंगी छत्रपतींच्या निंदकांच्या कारस्थानांची परिस्फुटता आम्ही करू इच्छित नाही; तथापि एवढे मात्र सांगणे प्राप्त आहे, की हा निंदकांचा संप्रदाय महाराष्ट्रात स्थापन करण्याचे पुण्य पुण्याच्या केसरीने मिळवून, आपल्या विशिष्ट समाजाची छत्रपतिद्वेषाची परंपरा अखंड पुढे चालविली आहे. खुद्द टिळक हयात असताना अहिनकुलवत केसरी-करवीरचा झगडा निदान बराच सभ्यपणाने चालत असे; परंतु त्यांच्या मृत्यूनंतर श्री. नरसोपंत केळकरांनी महाराजांना 'स्वराज्यद्रोही छत्रपती' ठरविण्याचा जो पोरकट उपद्व्याप केला आणि कित्येक बेअक्कल मराठ्यांना हाती धरून रस्त्यावर त्यांना धोंडे मारविण्याचा व खोट्या फिर्यादी करून त्यांच्या अब्रूला मलीन करण्याचा, आपल्या राष्ट्रीय पक्षाच्या पंखाखाली, जो अश्लाघ्य नातूशाही प्रयत्न केला, त्यामुळे तर केसरीच्या राष्ट्रीयत्वाचा हलकटपणा बहुजन समाजास अधिकच सप्रमाण प्रत्ययास आला. ज्या वेळी केसरीचे 'स्वराज्यद्रोही' आर्टिकल महाराजांनी वाचले, तेव्हा ते खदखदा हसले व म्हणाले, ''Poor chap! Politics is not so cheap!'' (मूर्ख बेटा! राजकारणाचा मामला इतका सवंग झालेला नाही.) महाराजांच्या निंदकांची रिक्रूटभरती केसरी कंपूकडून जसजशी होत असे, तसतशी त्यांच्या चाहत्यांची व भक्तांचीही संख्या सहस्रपटीने वृद्धिंगत होत असे.

श्रीमंत सयाजीराव गायकवाडांप्रमाणे छत्रपतींनी 'तत्राप्'ची व्याख्याने फारशी झोडली नाहीत. श्री. बाबासाहेब इचलकरंजीकरांप्रमाणे इंग्रजी, मराठी ग्रंथसंभार प्रसविला नाही. तथापि, त्यांचे ज्ञान अगदी 'अपटुडेट'

असे. दररोज भोजनोत्तर हिंदुस्थानातील काही प्रसिद्ध वर्तमानपत्रे ते अपाल्या रीडरकडून नियमित वाचून घेत असत. त्यांची स्मरणशक्ती इतकी अचाट असे की १५-१५ वर्षांपूर्वी झालेल्या संभाषणातील वाक्ये ते जशीच्या तशी बिनचूक पाठ म्हणून दाखवीत असत. सरकारी प्रकरणांच्या बाबतींत रेफरन्स सांगण्यात तर त्यांनी शेकडो वेळा आपल्या रेकॉर्ड किपरलाही चकवायला सोडले नाही. कोण व्यक्ती कोठे काय काय चळवळ करीत असते, याची माहिती त्यांना भरपूर असे. याचे एकच उदाहरण देतो. सन १९०३ साली छत्रपती महाराज दिल्ली दरबारासाठी दिल्लीस गेले होते. तेथे त्यांना रायबहादूर भाईसाहेब गुप्ते यांची आठवण झाली. त्या वेळी रा. ब. गुप्ते इंदोरचे नायब कारभारी व सेनापती होते. स्वत:च्या कर्तबगारीने प. वा. व्हिक्टोरिया महाराणी व एडवर्ड बादशहा यांच्या खास पंक्तीचा बहुमान मिळविणाऱ्या रायबहादुरांना महाराजांनी ताबडतोब बोलावणे पाठविले. गुप्ते येताच, भर दरबारात त्यांना छत्रपतींनी खडी ताजीम देऊन म्हटले, "आम्हा राजे लोकांकरिता, आपल्या मालकांकरिता, आपले सर्वस्व खर्ची घालणारा मायचा पूत सच्चा कायस्थ बच्चा कसा आहे, तो प्रत्यक्ष पाहण्याची इच्छा झाल्यामुळे आपणास भेटीकरिता बोलावून आणले." सारांश, शाहू महाराजांची बुद्धिमत्ता सर्वांगश्रीमंत, तीक्ष्ण आणि अत्यंत जागरूक असे.

परंतु, महाराजांची कीर्ती महाराष्ट्रेतिहासाच्या मंदिरात अजरामर ठेवण्यासारखे लोकोत्तर कार्य त्यांनी जे केले, ते ब्राह्मणेतरांची सामाजिक व धार्मिक पुनर्घटना हे होय. आद्य छत्रपती शिवाजी महाराजांच्या वेळेपासून तो सातारच्या शेवटल्या प्रतापसिंह छत्रपतींच्या दुर्दैवी नाशापर्यंत, जी गोष्ट एकाही तक्तनशीन छत्रपतीला साध्य झाली नाही, ती गोष्ट शाहू महाराजांनी बोलताबोलता यशस्वी करून दाखविली. भिक्षुकशाहीचे बंड मोडून ब्राह्मणेतर समाजांना स्वत:चे सामाजिक व धार्मिक स्वातंत्र्य जाहीर करण्याइतके नैतिक धैर्याचे चैतन्य अखिल महाराष्ट्रात थरथरविण्याची महाराजांनी जी अद्‌भुत कामगिरी बजावली आहे, तिचे महत्त्व राष्ट्रीय प्राण्यांच्या नातूशाही धांगडधिंग्यामुळे आज जरी कोणाच्या नीटसे ध्यानात येणार नाही, तरी धावत्या काळाच्या टाचांखाली भिक्षुकशाही चाणक्यांच्या कारस्थानाचा चेंदामेंदा उडताच, सारा हिंदू समाज, सारे हिंदू राष्ट्र, सारी विवेकी दुनिया, आद्य छत्रपती इतक्याच गौरवाने शाहू

छत्रपतींच्या नावाचा आदरपूर्वक गौरव करतील. कुत्र्याच्या शेपटाप्रमाणे मनाची सनातन वक्रता धारण करणारे केसरीकार महाराजांच्या मृत्युलेखात साळसूदपणाचे नक्राश्रू गाळताना म्हणतात की, ''धर्मशास्त्र, राजकारणशास्त्र, समाजशास्त्र या तिन्हींमध्ये वक्र (?) बुद्धीचा नांगर खोल घालून सत्तेच्या बळावर शाहू महाराजांइतकी हल्लीच्या काळात दुसऱ्या कोणीही विचारी जमीन उलथीपालथी केली नसेल. त्यांनी केलेल्या मेहनत- मशागतीने कोणत्या प्रकारचे पीक आले हे लोकांना दिसतच आहे.'' या उद्गारातील वक्रोक्ती व व्यंगोक्ती क्षम्य मानून, आम्ही केसरीकारांना नम्रपणे बजावून सांगतो की, खरोखरच महाराजांच्या नानाविध चळवळींनी दक्षिण महाराष्ट्रात जे मुबलक पीक आले आहे, ते इतके जोमदार व सकस आहे की, त्याचा मृत्यू महाराजांच्या मृत्यूने होणारा नव्हे. ते पीक 'लोकांना दिसत आहे'. तुम्हाला भासत आहे आणि जसजसा अधिक काळ लोटेल, तसतसे ते नातूप्रासादिक राष्ट्रीय भिक्षुकांच्या उरावर थै थै नाचणारही आहे. हे पीक म्हणजे पुणेरी देशभक्तांचे पीक नव्हे. हे दीन दुनियेच्या जागृतीचे पीक आहे. भिक्षुकशाही बंडाचा समूळ विध्वंस करणाऱ्या अस्सल लोकशाही चैतन्याचे अमर्त्य चैतन्य आहे. वाकड्या दारात वाकडी मेख करणाऱ्या कर्तबगार छत्रपतींच्या पटाईत कल्पनाशक्तीचा हा थैमान आहे. या थैमानाचा हादरा महाराजांच्या हयातीतच एवढा जबरदस्त प्रसृत झालेला आहे की, त्यांच्या मृत्यूची बातमी पोहोचताच ज्या तुमच्या सातारकर अधम सांप्रदायिकांनी पेढ्यांची खैरात वाटली, त्या अधमांचे किंवा खुद्द तुमचे, सातारा जिल्ह्यातल्या एखाद्या खेडेगावात जाऊन फंडासाठी फुटकी कवडी किंवा स्वराज्य प्रवचनावर मूठभर डाळतांदूळ मिळविण्याचे मात्र आता तोंड नाही. तथापि, तुमच्या दिवाभीती लीला बंद व्हाव्या अशी आम्ही सूचना करणार नाही. ''सूक्ष्म दृष्टीने पाहणाऱ्या तत्त्वज्ञान्यास मनुष्यस्वभावाच्या शास्त्रात अनेक अपूर्व सिद्धान्त सुचविण्याइतकी विपुल सामग्री महाराजांनी आपल्या चरित्राने पुरविली आहे.'' हा केसरीकरांचा शेरा मात्र आम्ही साभार मान्य करतो.

शाहू महाराजांच्या मृत्यूने एक पट्टीचा राजकारणी मुत्सद्दी, खंबीर समाजसुधारक, धैर्यवान धर्मक्रांतिकारक, सक्रिय अस्पृश्योद्धारक, जगप्रसिद्ध पहिलवान, निधड्या छातीचा शिकारी, राष्ट्रीय पक्षाच्या कारस्थानी मार्गातला काटा आणि दीन दुनियेच्या भवितव्यतेवर प्रकाश पाडणारा

सर्चलाईट नाहीसा झाला, असेच म्हटले पाहिजे. नवीन छत्रपती सरकार आपल्या कीर्तिमान वडलांचे उदाहरण डोळ्यांपुढे ठेवून, त्यांच्या सर्व अपूर्ण राहिलेल्या मनोरथांच्या इमारती 'सवाई शाहू' तडफीने पूर्ण करून, आपले पवित्र कर्तव्यकर्म बजावतील, अशी आम्हाला उमेद आहे. कै. छत्रपतींच्या आत्म्याला जगदीश चिरकाल शांती देवो!!

परिशिष्ट - २

(राजर्षी शाहू छत्रपतींचे शिष्योत्तम, म्हणजे कर्मवीर भाऊराव पाटील आणि कर्मवीरांचे शिष्योत्तम म्हणजे प्राचार्य बॅ. पी.जी. पाटील. त्यांनी राजर्षी-कर्मवीर या गुरू-शिष्यावर आमच्या 'राजर्षी शाहू स्मारक ग्रंथा'साठी लिहिलेला हा लेख)

राजर्षी शाहू महाराज व कर्मवीर भाऊराव पाटील – एक अलौकिक गुरू–शिष्याची जोडी

कोल्हापूरचे राजर्षी छ. शाहू महाराज हे आधुनिक महाराष्ट्राचे एक उद्धारकर्ते होते. त्यांच्या अवघ्या ४८ वर्षांच्या जीवनात त्यांनी आधुनिक महाराष्ट्राचा चेहरामोहराच बदलून टाकला. शिवछत्रपतींनाही अवघे ५० वर्षांचेच आयुर्मान लाभले होते. त्यांनी तर स्वतंत्र हिंदवी स्वराज्याची स्थापनाच केली. अशा थोर माणसांबद्दल लिहिताना, खलील जिब्रानच्या शिष्या बार्बरा यंग यांच्या 'When we write about such great souls we dip our pens not in ink but in light' या उक्तीची आठवण झाल्याशिवाय राहत नाही.

राजर्षी शाहू अशा लोकोत्तर विभूतींपैकी एक होते. राजघराण्यात जन्माला येऊनही या राजाने महार-मांग, धनगर यांच्या वसतीत संचार केला. गोरगरिबांचे अश्रू पुसले. दीन-दुबळ्यांना मदतीचा हात दिला.

राजर्षी शाहू महाराज व कर्मवीर भाऊराव पाटील यांची भेट व साहचर्य ही एक विलक्षण दैवी घटना असावी असे भासते खरे!

कर्मवीर भाऊराव पाटील यांचे वडील हे साधे सरकारी कारकून होते. नोकरीनिमित्त त्यांना इस्लामपूर, कऱ्हाड, कोरेगाव, विटा आदी गावांत राहावे लागले. ते विट्यास असताना आपला ज्येष्ठ मुलगा भाऊ व त्यांच्यापेक्षा लहान मुलगा बाळू या दोघांना इंग्रजी शिक्षणासाठी कोल्हापूरला ठेवण्याचे ठरवून त्यांनी तेथील जैन बोर्डिंगमध्ये १९०२च्या सुमारास दाखल केले. त्या वेळी भाऊराव पंधरा वर्षाचे होते. उशिरा शाळेत घातल्यामुळे त्या वेळी ते इंग्रजी दुसरी-तिसरीतच होते. शाहूराजांनी कोल्हापुरात १९०१ साली व्हिक्टोरिया मराठा बोर्डिंग सुरू केले. नंतर वेळोवेळी जैन, सारस्वत, मुस्लिम, लिंगायत, दैवज्ञ ह्या वेगवेगळ्या जातींच्या मुलांसाठी वेगवेगळी वसतिगृहे त्यांनी काढली. महाराज हे Pragmatist (व्यवहारवादी) होते. शंभर वर्षांपूर्वी सर्व जातीजमातींच्या मुलांसाठी एकत्र बोर्डिंग काढावे, ही गोष्ट त्यांना व्यवहार्य वाटली नसावी.

विद्यार्थी भाऊरावांचे शालेय शिक्षणाकडे फारसे लक्ष नव्हते. वर्गात बसण्यापेक्षा त्यांचा संचार तालमीत व क्रीडा पटांगणावरच जास्त असे. त्यांची प्रकृती दणकट व धडधाकट होती. बालपणी कुंभोज या आपल्या आजोळी तेथील मळ्यामध्ये बऱ्याच वेळा बंडखोर सत्याप्पा भोसले दडण्यास येत असे. त्याच्या पाठीवर बसून लहान भाऊ भर पुरात वाहत असणाऱ्या वारणेच्या पात्रात डुंबत असे. बंडखोरीचा वसा असा नकळत भाऊरावांना मिळाला असावा, असे अनुमान काढता येते.

१९०८ साली शाहू महाराजांनी अस्पृश्य विद्यार्थ्यांसाठी एक स्वतंत्र वसतिगृह उघडण्याचे ठरविले. मुंबईचे गव्हर्नर सर जॉर्ज क्लार्क यांची कन्या मिस व्हायोलेट ही नृत्याचे कार्यक्रम करीत असे. अशा कार्यक्रमांतून मिळालेला पैसा तिने शाहू छत्रपतींना दिला व अस्पृश्यांकरिता जे बोर्डिंग काढणार आहात, त्याकरिता तो वापरावा, अशी इच्छा प्रदर्शित केली. महाराजांनी आपला तेवढाच हिस्सा त्यात घालून अस्पृश्य मुलांकरिता एक स्वतंत्र बोर्डिंग उघडण्याचे व त्याला 'मिस क्लार्क होस्टेल' असे नाव देण्याचेही ठरविले. या बोर्डिंगचा उद्‌घाटन सोहळा मोठ्या थाटामाटात कोल्हापुरात साजरा झाला. या सोहळ्यास जैन बोर्डिंगमधील शाळकरी भाऊराव हजर होते. समारंभानंतर आपल्या बोर्डिंगमध्ये परतल्यावर जेव्हा भाऊराव भोजनगृहाकडे आले, तेव्हा त्या वेळचे जैन बोर्डिंगचे अधीक्षक आण्णा बाबाजी लठ्ठे यांनी त्यांना "आधी अंघोळ कर व मगच

जेवण कर'' अशी ताकीद दिली. ''असे का?'' असे विचारताच लठ्ठे म्हणाले, ''तू अस्पृश्यांच्या बोर्डिंगच्या उद्घाटनास गेला होतास ना? मग आंघोळ करून शुद्ध हो व मगच जेवण कर!'' भाऊरावांचा असल्या जीर्ण समजुतीवर विश्वास नव्हता. त्यांनी अंघोळ करण्यास साफ नकार दिला. भोजनगृहाला कुलूप लावलेले. भाऊराव तर भुकेलेले. मग ते मागील बाजूस गेले. भोजनगृहाच्या खिडक्यांचे गज वाकवून ते आत गेले व यथेच्छ जेवले. ते बाहेर आल्यावर जेव्हा लठ्ठ्यांना ही गोष्ट समजली, तेव्हा त्यांनी या बंडखोर भाऊरावांस धडा शिकविण्यासाठी त्यांना वसतिगृहातून काढून टाकले. त्यांची ट्रंक व वळकटी खोलीबाहेर फेकून दिली गेली !

भाऊराव निराश्रित झाले. पण, सर्वलक्षी शाहू महाराजांचे या चळवळ्या मुलावर बारकाईने लक्ष होते. तालमीत घुमणाऱ्या व मैदानावर मर्दानी खेळांत चमकणाऱ्या या मुलाची कीर्ती त्यांच्यापर्यंत पोहोचली होती. त्यांना ही बातमी समजताच त्यांनी आपल्या घोड्यांचा रथ जैन बोर्डिंगवर पाठविला व आपल्या अधिकाऱ्यास सांगितले की, ''भाऊ पाटील नावाच्या मुलास वाड्यावर घेऊन ये.'' त्याप्रमाणे अधिकाऱ्यांनी जैन बोर्डिंगमधून भाऊरावांना घेऊन बावडा पॅलेसवर नेऊन महाराजांपुढे उभे केले. ''काय पाटील, अस्पृश्यांच्या बोर्डिंगच्या उद्घाटनास आलास व परत गेल्यावर अंघोळ न करता जेवलास म्हणे. अरे, कोठे फेडशील हे पाप? बरे ठीक आहे. आजपासून तू राजवाड्यावर राहायचेस. राजवाड्यातील राजकुमारांना पहाटे उठवून त्यांना व्यायाम करावयास लावायचा. भरपूर खुराक व दूध देण्यात येईल. हं, लाग कामाला.'' अशा तऱ्हेने भाऊरावांच्या जीवनातील या 'राजवाडा प्रकरणा'स सुरुवात झाली. पुढे कर्मवीर आण्णा आम्हास शाहू बोर्डिंगमध्ये आम्ही विद्यार्थी होतो तेव्हा सांगत, ''राजवाड्यावर दुधाच्या चरव्या भरभरून येत. राजकुमारांना चहाची आवड. त्यामुळे त्यांना चहाकरिता एक माप दूध पुरत असे. उरलेले सगळे दूध मीच फस्त करीत असे. अशा प्रकारे माझा पिंड शाहू महाराजांच्या दुधावरच पोसला गेला आहे.''

१९०७च्या सुमारास भाऊराव कोल्हापुरात राजाराम हायस्कूलमध्ये शिकत होते. त्यांचे वडील तेव्हा इस्लामपुरात नोकरी करीत होते. एकदा भाऊराव सकाळच्या प्रहरी बाहेर पडले. मराठी शाळेजवळून जाताना त्यांना एक मुलगा बाहेर व्हरांड्यात बसून आत मास्तर जे शिकवीत होते ते मान

उंचावून ऐकत असल्याचे दिसले. त्यांनी त्या मुलास विचारले, "तू बाहेर का बसला आहेस?" तो मुलगा म्हणाला, "मी महार आहे, म्हणून मला वर्गात बसण्यास बंदी आहे." भाऊराव आत गेले आणि त्यांनी त्या शिक्षकाची चांगली हजेरी घेतली. त्यावर शिक्षक म्हणाले, "इथे हे असेच चालते." तरुण भाऊरावांना झीट आली. त्यांनी त्या मास्तरला चार कडक शब्द ऐकवले आणि ते त्या मुलास घेऊन तडक शाहू महाराजांकडे गेले व घडलेला सर्व प्रकार त्यांना सांगितला. महाराजांनाही ही दुष्ट रूढी माहीत होती. त्यांनी त्या मुलाच्या शिक्षणाची सोय कोल्हापुरात ताबडतोब केली. पुढील वर्षीच – १९०८मध्ये अस्पृश्यांच्या मुलांसाठी 'मिस क्लार्क होस्टेल' उघडले. कर्मवीर भाऊराव पाटील स्वत: एक विद्यार्थी असताना त्यांनी त्या मराठी शाळेतील अस्पृश्य विद्यार्थ्यांच्या शिक्षणाची सोय करण्यासाठी प्रयत्न केला, ही गोष्ट विशेष आहे. तो मुलगा म्हणजे, सरूड सागावचा ज्ञानदेव ध्रुवनाथ घोलप हा होय. भाऊरावांनी त्याला शिक्षणात मदत केली. पुढे तो मॅट्रिक पास झाल्यावर सामाजिक कार्य करू लागला. १९२३मध्ये तो M.L.C. म्हणून नामांकित झाला. डॉ. बाबासाहेब आंबेडकर M.L.C. होण्यापूर्वी चार वर्षे ही घटना घडली होती. 'मूकनायक' नावाचे एक साप्ताहिक डॉ. आंबेडकरांनी चालवावयास घेतले. कालांतराने सातारला भाऊरावांनी 'छ. शाहू बोर्डिंग' हे वसतिगृह सन १९२४मध्ये सुरू केले. या वसतिगृहाचा नामकरण समारंभ राष्ट्रपिता महात्मा गांधी यांच्या हस्ते सातारला २५-२-१९२७ रोजी साजरा झाला. त्या वेळी याच घोलप यांनी प्रास्ताविक केले.

१९०२ ते १९०८ या काळात भाऊराव राजाराम हायस्कूलमध्ये शिकत होते. त्यांचे अभ्यासापेक्षा खेळण्याकडेच अधिक लक्ष असे. प्रत्येक वर्गात थांबत थांबत ते इंग्रजी सहावीपर्यंत कसेबसे पोहोचले; पण सहावीची वार्षिक परीक्षा फार अवघड; कारण तो प्री-मॅट्रिक क्लास असे. अपेक्षेप्रमाणे भाऊराव वार्षिक परीक्षेत अयशस्वी झाले. वर्गशिक्षक भार्गवराम कुलकर्णी त्यांचे काही ऐकेनात. "तुला वरच्या वर्गात कदापिही चढवणार नाही" असे ते म्हणाले. भाऊराव महाराजांना भेटले व त्यांना त्यांनी सर्व परिस्थिती समजावून सांगितली, "महाराज, आपण जर मास्तरना खास चिठ्ठी दिली की, या मुलास मॅट्रिकच्या वर्गात ढकलावे म्हणून, तर माझे काम होईल." महाराज फार मिश्कील व व्यवहारी

होते. त्यांनी सेक्रेटरींना बोलावून त्या अर्थाचे पत्र भार्गवराम कुलकर्णी यांना देण्यास सांगितले. पत्र सहीसाठी येताच महाराजांनी त्यावर 'शाहू छत्रपती' अशी लांबलचक सही केली. मग भाऊरावांचा आनंद गगनात मावेना. पत्र घेऊन ते मास्तरांकडे गेले. मास्तरांनी पत्र उभे राहून वाचले व ते भाऊरावांना म्हणाले, "तू ज्या बाकावर बसतोस त्या बाकाला वरच्या वर्गात ढकलीन; पण तुला मात्र कधीही वर घालणार नाही."

"मास्तर, शाहू महाराजांच्या पत्राचा तुम्ही अपमान करीत आहात. मी त्यांना जाऊन असे सांगू का?"

"खुशाल सांग," मास्तर म्हणाले. भाऊराव वेगात सोनतळी कॅम्पवर गेले. महाराज वाटच पाहत होते. "काय भाऊ पाटील, काम झालं का रे?" "नाही महाराज. ते बामण मला वरच्या वर्गात घालणार नाही म्हणतंय." यावर महाराज मोठ्याने हसले व म्हणाले, "भाऊ पाटील, म्हणूनच मी त्या कुलकर्णी मास्तरला सहावीचा वर्गशिक्षक केला आहे. शिक्षकाने असेच काटेकोरपणे वागायचे असते. त्याने केले तेच बरोबर आहे. तू आता दुसरा मार्ग शोधून काढ."

या छोट्या प्रसंगातून महाराजांच्या गुणग्राहकतेची व मानवी स्वभावाच्या पैलूंची अचूक तपासणी ते कशी करीत असत, याची वाचकांना कल्पना करता येईल. शाहू महाराजांचा स्वभाव हे मानसशास्त्रज्ञानांही न उकलणारे असे कोडेच होते.

यानंतरचा प्रसंग आहे १९५३चा. थोडासा कालविपर्यास होतो आहे; पण वरील गोष्टीच्या संदर्भातील तो असल्याने मी तो या ठिकाणी नमूद करतो. मे १९५३मध्ये कोल्हापूरच्या राजाराम हायस्कूलचा शताब्दी समारंभ होता. प्रमुख पाहुणे होते, भारताचे उपराष्ट्रपती डॉ. राधाकृष्णन. राजाराम हायस्कूलच्या माजी विद्यार्थ्यांचा एक मेळावा भरविला गेला होता. हजर असलेल्या प्रत्येक विद्यार्थ्याने आपली ओळख करून द्यायची होती. नामवंत न्यायाधीश, वकील, प्राध्यापक, व्यापारी असे एकामागून एक उठून आपली ओळख करून देत होते. जेव्हा भाऊरावांवर पाळी आली, त्या वेळी काठीवर भार देऊन ते उभे राहिले आणि खणखणीत इंग्रजीत ते म्हणाले –

'I am Bhaurao Patil of Satara. Sir, I find myself as an odd fish in this assembly. All the ladies and gentlemen are distinguished persons, but I alone am an extinguished person here. It was my proud privilege to be a student of this gracious seat of learning some fifty-odd years ago. But may I say, Sir, I never passed in any class, in any subject, in any year, but no class-teacher of mine had the courage, mental, moral, spiritual to detain me in the same class for more than two or three years at a time. Sir, I never could manage to pass the Matriculation Exam, of the Bombay University; but I am happy to state that today I am in charge of a vast educational enterprise - the Rayat Shikshan Sanstha, Satara- (The people's Education Society) Which caters to the educational needs of 50,000 students drawn from educationally backward and economically handicapped strata of society throughout the length and breadth of Maharashtra.'

हे   खणखणीत बोल ऐकताच डॉ. राधाकृष्णन चटकन उभे राहिले व म्हणाले, 'It was a providential dispensation Bhaurao that you did not manage to pass the Matriculation Exam, of the Bombay University. Had you passed the Matriculation Exam, you would have landed as on insignificant clerk in Satara D.L.B. But today you are in your inimitable words, Bhaurao, the spiritual father of 50,000 students drawn from economically handicapped and educationally backward strata of society throughout the length and breadth of Maharashtra. Yours is a godly race and I wish you all the best in your momentous enterprise. May God bless you, Bhaurao!'

त्या वेळी सभागृहात टाळ्यांचा झालेला प्रचंड कडकडाट आजही आमच्या कानात घुमत आहे!

भाऊरावांनी राजाराम हायस्कूल १९०८-१९०९च्या सुमारास सोडले व त्यांचे वडील कोरेगावला नोकरी करीत होते, तेथे ते गेले. मुलगा एवीतेवी शिकत नाही म्हणून वडलांनी भाऊरावांचे लग्न १९१३ साली उरकून घेतले. कुंभोजच्या आण्णा पाटलांच्या कन्येशी भाऊरावांचा विवाह झाला. शिक्षण अपुरे, नोकरी नाही अशा अनिश्चित परिस्थितीत भाऊराव

जीवन कंठीत होते. इतक्यात, फेब्रुवारी १९१४मध्ये कल्लाप्पाण्णा निटवे या भाऊरावांच्या नातलगाचे त्यांना "कोल्हापुरास ताबडतोब निघून यावे" अशा अर्थाचे पत्र आले. त्याप्रमाणे भाऊराव कोल्हापुरास निटव्यांच्या घरी जाऊन त्यांना भेटले व मग पुढील सर्व 'महाभारत' घडले.

कोल्हापूर दरबारात १९१४ साली दोन परस्परविरोधी गट अटीतटीने एकमेकांविरुद्ध कार्यरत होते. भास्करराव जाधव, म. ग. डोंगरे, आ. ब. लठ्ठे या सत्यशोधकांचा एक गट होता, तर या सत्यशोधकांना बदनाम करण्याच्या इच्छेने प्रेरित झालेला 'गायकवाड-निटवे' हा दुसरा गट होता. या दुसऱ्या गटाने डांबर प्रकरणाचे कुटिल कारस्थान रचले होते. या प्रकरणामुळे लठ्ठे यांना कोल्हापुरातून बेळगावला पळून जावे लागले; तर भाऊरावांना तुरुंगात पोलिसांचा अमानुष छळ कित्येक महिने सोसावा लागला.

१४ फेब्रुवारी १९१४च्या रात्री उशिरा बादशहा सातवे एडवर्ड व महाराणी अलेक्झांड्रा यांच्या पुतळ्यास कोणीतरी डांबर फासल्याचे पहाटे पहाटे निदर्शनास आले. या प्रकरणाचा तपास करण्यासाठी पुढे हिंदुस्थान सरकारने रामकृष्ण हणमंत पागे या गुप्तचर अधिकाऱ्यास कोल्हापुरात पाठविले. निश्चित पुरावा मिळाला नसल्याने कोल्हापूर येथील जैन बोर्डिंगमधील कोणातरी विद्यार्थ्याने हे राजद्रोही कृत्य केले असल्याचा निष्कर्ष काढण्यात आला. लठ्ठे हे पूर्वी अनेक वर्षे याच बोर्डिंगचे अधीक्षक होते. तेव्हा लठ्ठे यांच्या चिथावणीने दोन विद्यार्थ्यांनी हे कृत्य केले, अशा तऱ्हेचा खोटा पुरावा तयार केला गेला. हेतू हा की, त्यामुळे लठ्ठे अडचणीत यावेत. कल्लाप्पाण्णा निटवे या जैन पंडिताने या कृष्णकृत्यास बराच हातभार लावला होता.

डांबराचा डबा, त्याची पावती व इतर बनावट पुरावे तयार करून या कंपूने हे सर्व साहित्य लठ्ठ्यांच्या टेबलाच्या ड्रॉवरमध्ये ठेवून दिले. सर सबनिसांना हे कळताच त्यांनी लठ्ठ्यांना सावध केले. लगेच लठ्ठे हे सर्व आक्षेपार्ह सामान घेऊन तत्कालीन रेसिडेन्ट कर्नल वुडहाउस यांच्या बंगल्यावर गेले. "सद्य:परिस्थितीत तुम्ही कोल्हापूर सोडलेले बरे" असा त्यांनी लठ्ठ्यांना सल्ला दिला. मालगाडीने लठ्ठे मिरजेस गेले व तेथून त्यांनी पुढे बेळगाव गाठले. त्यांच्यावर केस झाली. त्यातून ते निर्दोष सुटले. पुढे ते एलएल.बी. झाले व त्यांनी बेळगावला वकिली सुरू केली. या प्रकरणामुळे पुढे शाहू महाराज हयात असेपर्यंत लठ्ठ्यांनी

कोल्हापुरात पाऊल ठेवले नाही, असे य.दि. फडके लिहितात.

निटव्यांच्या पत्राप्रमाणे भाऊराव कोरेगावाहून त्यांच्याकडे कोल्हापुरास गेले. जेवण झाल्यावर निटव्यांनी भाऊरावांना आपला बेत सांगितला, "ब्रिटिश राजा-राणींच्या पुतळ्यावर कोणीतरी डांबर टाकले आहे. हे दुष्ट कृत्य लठ्ठ्यांनी करविले आहे, अशी तू साक्ष दे म्हणजे झाले."

भाऊराव म्हणाले, "मी खोटी साक्ष कदापि देणार नाही."

"अरे, लठ्ठ्यांनी तुला जैन बोर्डिंमधून हाकलून दिले होते ना? त्यांच्यावर सूड उगविण्याची ही नामी संधी तुला मिळाली आहे. तशी साक्ष देऊन तू मोकळा हो."

यावर भाऊराव म्हणाले, "लठ्ठ्यांनी मला बोर्डिंगमधून काढले; पण तुम्ही मला आयुष्यातून उठवू पाहत आहात. मी मेलो तरीही लठ्ठ्यांच्या विरोधी साक्ष देणार नाही..."

भाऊराव झोपी गेल्यावर निटव्यांनी आपल्या प्रेसमधील कागदाच्या गठ्ठ्यांवर रॉकेल ओतून त्यांना आग लावली व पोलिसांना बोलावून हा आमच्या पाहुण्यांचा मुलगा रात्री माझ्याकडे आला होता. त्यानेच ही आग लावली, अशी खोटी फिर्याद नोंदविली. पोलिसांनी भाऊरावांना अटक केली.

तेथून पुढे सहा महिने भाऊरावांचा पोलिसांनी अतोनात छळ केला. "अजून लठ्ठ्यांविरुद्ध साक्ष दे. आम्ही तुला सोडतो" असे डी.एस.पी.डी.सी. फर्नांडिस म्हणत होता; पण भाऊराव त्यालाही नमले नाहीत. मग कावळा नाक्यावर डी.एस.पी.चे ऑफिस होते. तेथे रोज सकाळी भाऊरावांना घेऊन जात व त्यांच्यावर थर्ड डिग्रीचे अत्याचार करीत. त्यांना जमिनीवर पसरलेल्या हरभऱ्यावर उघडे करून झोपवीत व अंगावर मुसळ ठेवून चार-पाच पोलीस त्या मुसळावर बसून भाऊरावांचे अंग चिरडून टाकीत. यालाच 'लाटणे' म्हणतात. कधीकधी अर्धनग्न स्थितीत उभे करून ढुंगणावर चामड्याच्या पट्ट्यांनी बेशुद्ध पडेपर्यंत मारत असत. भाऊराव पहिलवान असल्यामुळेच ते हा अत्याचार सहन करू शकत होते.

एके दिवशी सकाळी पोलिसांनी भाऊरावांना प्रातर्विधीसाठी कावळा नाक्याच्या पूर्वेकडील बाजूस नेले असता भाऊरावांनी ही संधी साधून एका पडक्या विहिरीत खाली डोके वर पाय करून उडी मारली. पण, विहिरीत बराच गाळ असल्यामुळे त्यामध्ये ते रुतून बसले व वाचले.

पोलिसांनी भाऊरावांना वर काढले व त्यांच्यावर आत्महत्येचा प्रयत्न करतो म्हणून दुसरा गुन्हा नोंदविला. आता त्यांची रवानगी बिंदू चौकाजवळील रविवार सबजेलमध्ये केली. रोजची मारहाण चालूच राहिली. शेवटी, या त्रासाला कंटाळून भाऊरावांनी तुरुंगातील खोलीच्या खिडकीच्या तावदानाची काच फोडली. त्याचा चुरा केला व तो गिळून टाकला. वर रॉकेलच्या चिमणीतील तेलही ते प्याले; पण याही प्रकारात त्यांना काही झाले नाही.

दोन वेळा आत्महत्येचा प्रयत्न करूनही आपण मरत नाही; तेव्हा 'आपल्या हातून काहीतरी जगावेगळे कार्य होणार, अशी तरुण भाऊरावांना अंधूकशी शंका चाटून गेली की नाही देव जाणो!'

नंतर काही दिवसांनी खास महाराजांकडून समजूत करून पाहावी म्हणून भाऊरावांस त्यांच्या भेटीस नेले. भाऊरावांनी एकच उत्तर दिले, "या जगात जर मला आता काही आश्रयाचे व संरक्षणाचे ठिकाण उरले असे तर ते एकच - मरण - तेवढे आपण द्यावे म्हणजे झाले. मला जास्त बोलण्याची इच्छा नाही." (प्रबोधन- ऑगस्ट, १९२९) त्याचवेळी दहशतवादी कृत्ये करणारा दामू जोशी हाही भाऊरावांबरोबर त्याच तुरुंगात होता. जर दामू जोशीने फर्नांडिसला ही तशी साक्ष देण्यास भाऊरावांना तयार केले तर जोशीची कैदेतून बिनशर्त सुटका केली जाईल, असे फर्नांडिसने मधाचे बोट लावून पाहिले; पण याचाही भाऊरावांवर काहीही परिणाम झाला नाही.

भाऊरावांचे वडील पायगोंडा पाटील हे इंग्रज सरकारच्या नोकरीत होते. त्यांनी सातारचे कलेक्टर ब्रँडोन व कोल्हापूरचे रेसिडेन्ट कर्नल वुडहाउस यांच्याकडे आपला मुलगा निरपराध आहे व त्याची कोल्हापूरच्या तुरुंगातून सुटका व्हावी म्हणून अर्ज केला होता. त्यामुळे भाऊरावांनी आपल्या शिक्षेविरुद्धचे अपील जिंकले. तरी पण डांबर प्रकरणाचा निकाल अद्याप लागावयाचा होता. कोर्टातून बाहेर पडल्याबरोबर भाऊरावांची आई व ते टांग्यात बसून कोल्हापूर स्टेशनकडे निघाले. तिकडून रेसिडेन्टच्या बंगल्यातून भाऊरावांचे वडीलही स्टेशनकडे निघाले. दोघांची भेट स्टेशनच्या कोपऱ्यावर झाली. ते तिघे घाईने स्टेशनात शिरले व गाडीत जाऊन बसले. इतक्यात भाऊरावांना फेरअटक करण्याकरिता संस्थानचे पोलीस तेथे पोहोचले. त्याच वेळी त्यांच्या निरक्षर आईने रणरागिणीचा अवतार धारण केला व त्या पोलिसांना म्हणाल्या, "अरे शिपुडर्यांनो, रेल्वेस्टेशनची जागा ब्रिटिश

हद्दीत आहे. येथे तुमचा काही अधिकार नाही. तुम्ही माझ्या मुलास हात तर लावून पाहा जर तुमची बिशाद असेल तर!'' बिचारे संस्थांनी पोलीस निराश होऊन परतले. भाऊराव आपल्या आई-वडलांसोबत हातकणंगले स्टेशनवर उतरून कुंभोज या आपल्या आजोळी पोचले.

भाऊरावांचे मोठेपण हे की, कोल्हापूर दरबारने त्यांचा एवढा छळ केला असूनही त्यांनी छ. शाहू महाराजांबद्दल चुकूनही अपशब्द काढला नाही. पुढे त्यांनी साताऱला सर्व जातींच्या विद्यार्थ्यांसाठी जे वसतिगृह काढले, त्याला त्यांनी 'छ. शाहू बोर्डिंग' असेच नाव दिले. खेड्यापाड्यांत ज्ञानगंगा नेण्याचे या आधुनिक भगीरथाचे कार्य हे शाहू छत्रपतींच्या विद्याप्रसाराचा वारसा पुढे चालवण्याचे निदर्शक होते.

डांबर प्रकरणात लठ्ठे व भाऊराव या दोघांना गुंतवण्याचा दुर्दैवी प्रकार काही विशिष्ट राजकीय कारणांमुळे घडला हे महाराजांना नंतर उमगले असणार, यात शंका नाही. कालांतराने महाराजांनी लठ्ठे यांची लेखी माफी मागितली. महाराजांनी लठ्ठ्यांना पाठविलेल्या माफीपत्रात सोवनी, करमरकर, म्हैसकर, चिप्रीकर पाटील, कल्लाप्पा निटवे यांनी आपली दिशाभूल केल्याचे स्पष्ट कबूल केले आहे.

डांबर प्रकरणाबाबत य. दि. फडके लिहितात, ''प्रबोधनकार इतिहासाचे अभ्यासक होते. शाहू छत्रपतींबाबत त्यांच्या मनात अपार आदर होता. तरीही, या प्रकरणातील सत्याला सामोरे जाताना ठाकऱ्यांनी कोणाचा मुलाहिजा ठेवला नाही. त्यांनी आडवळपणाने किंवा गुळमुळीत शब्दांत न लिहिता रोखठोकपणे म्हटले, ''भाऊरावांची अटक केवळ पोलिसी प्रेरणेचीच होती असे नव्हे तर त्याची सूत्रे खुद्दाकडूनच हलत होती. वाटेल ती उलाढाल करून डांबर प्रकरणात लठ्ठ्यांना लोळविण्याचा महाराजांचा निश्चय होऊन बसला होता.''

भाऊराव या अग्निदिव्यातून परमेश्वर कृपेने सुखरूप बाहेर पडले. त्या वेळी त्यांचे वय अवघे २७ वर्षांचे होते. या वयात राग, लोभ, द्वेष फार तीव्र असतात. दुसऱ्या एखाद्याने शाहू महाराजांबाबत जन्मभर अढी धरली असती. द्वेष केला असता; पण भाऊरावांची उपजत सुसंस्कृतता व मनाचा थोरपणा इतका होता की, त्यांनी या प्रकरणाचा विचारच सोडून दिला व आपल्या जीवनाचा पुढील अध्याय त्यांनी सुरू केला. ही मनाची उदारता व सुसंस्कृतता त्यांना कोठून व कशी लाभली असेल! काही भाग अनुवंशिकतेचा,

काही स्व-अर्जित उदारतेचा व काही भाग ते ज्या संस्कृतीत जन्मले व वाढले त्या जैन संस्कृतीचा असावा. अशा वेळी आपणास कवी Shelly यांच्या खालील ओळी प्रकर्षाने आठवतात,

'To suffer woes which hope thinks infinite
To forgive wrongs darker than death or night,
To defy power which seems omnipotent
To love and bear
To hope till hope creates from its own wreck
The thing it contemplates.
Neither to change, nor repent;
This, like thy glory, Titan is to be
Good, great and joyous, beautiful and free
This is alone Life, Joy, Empire, Victory.

From Prometheus Unbound.

ता. १८, १९ व २० नोव्हेंबर १९२१ रोजी शाहू महाराजांनी, बाबूराव जेधे, श्रीपतराव शिंदे व इतर प्रमुख ब्राह्मणेतर पुढाऱ्यांच्या साहाय्याने पुण्यात तीन कार्यक्रम पार पाडले. त्यामध्ये पहिल्या महायुद्धात ज्यांनी बलिदान केले, अशा वीर मराठा सैनिकांच्या स्मारकाचे उद्घाटन ब्रिटनच्या प्रिन्स ऑफ वेल्सच्या हस्ते केले. युवराजांच्या हस्ते शिवस्मारकाचा कोनशिला समारंभही करण्यात शाहू महाराज यशस्वी झाले. हे शिवस्मारक सर्व जातींचे व अखिल भारतीय स्वरूपाचे असल्याचे घोषित करण्यात आले. युवराजांनी शामियान्यात चहूबाजूंनी फिरून सर्व लोकांची प्रत्यक्ष भेट घेतल्याचे श्रेय मिळवावे, असे महाराजांनी सुचविताच गव्हर्नरनी विचारले, ''युवराजांच्या सुरक्षिततेस आपण जबाबदार आहात काय?'' त्यावर महाराज ताडकन म्हणाले, ''होय. येथे जमलेल्या प्रत्येक माणसाबाबत मी व्यक्तिश: जबाबदार आहे.'' अर्थात हे आश्वासन देताना जशी महाराजांविषयी जनतेच्या मनात अतीव आदराची भावना होती, तद्वतच त्यांचे खास विश्वासातील तरणेबांड अनुयायी व ब्राह्मणेतर चाहतेही त्यांच्या पाठीशी होते. या सर्व कार्यामध्ये बाबूराव जेधे, श्रीपतराव शिंदे, भाऊराव पाटील, काळभोर यांचा खंबीर पाठिंबा होता.

या समारंभाला जोडूनच श्रीपतराव शिंदे यांनी ‘पाटील परिषद’ भरविली होती. ग्वाल्हेरचे शिंदे सरकार या परिषदेचे अध्यक्ष होते. हे तिन्ही समारंभ यशस्वी व्हावे म्हणून श्रीपतराव शिंदे, जेधे बंधू, काळभोर, भाऊराव पाटील, बाबूराव यादव व इतर अनेक ब्राह्मणेतर कार्यकर्ते यांनी जिवाचे रान केले होते. कर्मवीर आण्णा हे आम्हास शाहू बोर्डिंगमध्ये कधीकधी आपल्या पूर्वीच्या जीवनातील आठवणी सांगत असत. त्यामध्ये शिवस्मारकाचा पायाभरणी समारंभ व पाटील परिषद याबाबत मोठ्या अभिमानाने बोलत असत.

डांबर प्रकरण हे १४-२-१९१४ रोजी सुरू झाले व पुढे सहा-सात महिने ते रखडले. त्यातून भाऊरावांचे कायदेशीररीत्या निर्दोषत्व सिद्ध झाले. नोकरी नाही, शिक्षण नाही. त्यातच त्यांचा विवाह १९१३मध्ये झालेला. हे सर्व कुटुंब कोरेगावात स्थायिक झालेले; कारण तेथे भाऊरावांचे वडील हे सरकारी नोकरीत होते. मग भाऊराव किर्लोस्कर बंधूंच्या नोकरीत गेले दिसतात – (१९१४ची अखेर). तेथे किर्लोस्करांच्या लोखंडी नांगराचे ‘सेल्स एजंट’ म्हणून त्यांनी चांगलाच नावलौकिक मिळविला होता; पण तेथेही त्यांचे मन रमेना. शेवटी या नोकरीचा भाऊरावांनी १-११-१९२१ रोजी राजीनामा दिला.

किर्लोस्करवाडीत त्यांचे मन रमेनासे झाल्यावर आपणच एखाददुसरा नांगराचा कारखाना काढावा, असे भाऊरावांच्या मनात आले असावे. या दृष्टीने त्यांनी छ. शाहू महाराज यांची सोनतळी कॅम्पवर भेट घेतलेली दिसते. (१९१४च्या डांबर प्रकरणानंतर जसे महाराजांच्या हयातीत लठ्ठ्यांनी कोल्हापुरात पाय ठेवला नाही, तसेच भाऊरावांनीही कडक व्रत पाळले; पण महाराजांना भेटणे तर जरूर होते, म्हणूनच त्यांनी सोनतळीस महाराजांची भेट घेतलेली दिसते.)

“किर्लोस्करवाडीची नोकरी मी सोडण्याच्या विचारात आहे. कोल्हापूरच्या आसपास एक लोखंडी नांगराचा कारखाना काढण्याचा माझा मनोदय आहे. महाराजांनी कृपावंत होऊन जर कोल्हापूरच्या परिसरातील एखादी माळावरील जागा मला या कामाकरिता दिली तर फार बरे होईल” असे ते म्हणाले; पण महाराज फार धोरणी व व्यवहारी होते. ते भाऊरावांना म्हणाले, “असा कारखाना काढणे फार अडचणीचे वाटते. तरी तू म्हशी पाळण्याचा धंदा तेथे सुरू केलास तर बरे होईल. कोल्हापुरात म्हशीच्या

दुधास खूप मागणी असते." भाऊराव निराश झाले व त्यांनी महाराजांचा निरोप घेतला.

पुढे कालांतराने, स. १९२१च्या अखेरीस शाहू महाराज व भाऊराव यांची भेट मिरज रेल्वेस्टेशनवर झाली. कोल्हापूर परिसरात लोखंडी नांगराचा कारखाना काढण्याच्या भाऊरावांच्या कल्पनेस महाराजांचा प्रतिसाद फारसा मिळाला नव्हता, तेव्हा भाऊरावांनी आता महाराजांपुढे बहुजन समाजातील गोरगरीब मुलांच्या शिक्षणासाठी एक नवी संस्था व वसतिगृह काढण्याचा आपला मानस मांडला. "मला तुमच्याकडून पैसे नकोत. पण तुमच्या तालमीतील मल्ल मला काही दिवसांकरिता द्या. त्यांची कुस्त्यांची मैदाने मी महाराष्ट्रभर घेतो व त्यातून जो पैसा मिळेल त्याचा विनियोग मी या सर्व जातींच्या बोर्डिंगकरिता करण्याचा प्रयोग करावा म्हणतो," असे भाऊराव महाराजांना म्हणाले; पण महाराज खरे व्यवहारी. "मल्ल मी तुला अवश्य देईन; पण तुझी ही सबगोलंकार बोर्डिंगची कल्पना मला अव्यवहार्य वाटते. भाऊ पाटील, तू जैन समाजातील आहेस. तुझा समाज फार कर्मठ आहे. तुझेच लोक तुझी पाठ सडकून काढतील. बघ गड्या!" त्यावर भाऊराव म्हणाले, "महाराज, बोर्डिंगला मी तुमचे नाव देणार आहे 'छ. शाहू बोर्डिंग हाउस, सातारा.' तुमच्या नावाच्या बोर्डिंगकरिता मला माझ्या लोकांनी मारले तर मी ते भूषणच मानेन." पण ही पहिलवानांचीही योजना फलद्रूप झाली नाही; कारण पुढे थोड्याच दिवसांत ६ मे १९२२ रोजी महाराजांचे मुंबईत निधन झाले; पण भाऊराव शब्दाचे पक्के. त्यांनी महाराजांना दिलेल्या वचनाप्रमाणे सातारला 'छ. शाहू बोर्डिंग हाउस' सुरू केलेच.

सत्यशोधक समाजाची मूलतत्त्वे जर आपण पाहिली तर त्यामध्ये सर्व माणसे एकाच निर्मिकाची लेकरे आहेत; त्यांच्यात उच्च-नीच असा भेद करणे योग्य नाही; ईश्वर व भक्त यांच्यात मध्यस्थ नको; जातगोत, पंथ यावर आधारित मतभेद गाडून टाकणे आणि सर्व मुलांना मोफत शिक्षण देणे ही महत्त्वाची तत्त्वे दिसून येतात. कर्मवीर भाऊरावांनी यांपैकी बहुजन समाजाचे शिक्षण, तेही स्वावलंबी व स्वाभिमानी शिक्षण, अस्पृश्यता-निवारण, स्वदेशी भक्ती, आपल्या गुरूंचे प्रसिद्ध वचन 'मोडेन पण वाकणार नाही' ही तत्त्वे शिरोधार्य मानून सातारला एक अस्पृश्य मुलगा व तीन मराठे विद्यार्थी यांच्यासह स्वतःच्या राहत्या घरी वसतिगृहात्मक संस्था

सुरू केली. तेथे सर्व जातींच्या मुलांना प्रवेश दिला जाईल व शरीरश्रम करून त्या मुलांनी शिक्षण घ्यावे, हा भाऊरावांचा दंडक होता.

या ठिकाणी एक महत्त्वाचा मुद्दा ध्यानात घेणे जरूर आहे. महाराज हे व्यवहारवादी असल्याने त्यांनी कोल्हापुरात १९०१ साली व्हिक्टोरिया मराठा बोर्डिंग हाउस सुरू केले आणि नंतरच्या आठ-दहा वर्षांत आपल्या राजधानीत प्रत्येक जातीकरिता एक अशी जातवार बोर्डिंगे सुरू केली. आजही कोल्हापुरात जवळजवळ २७ बोर्डिंगे सुरू आहेत. म्हणूनच, कोल्हापुरास 'The Mother of Hostels' असे सार्थ नामाभिधान लाभले आहे. पण, पुढे जेव्हा भाऊरावांनी सातारला वसतिगृह काढण्याचे ठरविले तेव्हा ते सर्व जातिधर्मांच्या मुलांकरिता असेल व ते स्वावलंबनाच्या तत्त्वावर आधारलेले असेल, याची त्यांनी काळजी घेतली. म्हणून, महात्माजींनी जेव्हा सर्व जातीपातींची मुले बोर्डिंगमध्ये पाहिली, त्या वेळी त्यांनी आश्चर्य व आनंद व्यक्त केला. त्यांनी भाऊरावांचे कौतुक करून म्हटले, "भाऊराव, मला साबरमती आश्रमात जे करता आले नाही, ते तुम्ही सातारसारख्या एका छोट्या गावी करून दाखविले; याबाबत मी तुमचे मन:पूर्वक अभिनंदन करतो." शाहू महाराजांचा अधिक्षेप न करता खऱ्या अर्थाने म्हणता येईल की, शिष्य गुरूच्या पुढे दोन पावले गेला व ही गोष्ट उभयतांना भूषणावह आहे.

भाऊराव यांना विद्यार्थिदशेत काही वर्षे शाहू महाराजांचा संजीवक सहवास लाभला, ही फार भाग्याची गोष्ट ठरली. जैन बोर्डिंगमध्ये भाऊराव जेव्हा १९०२-०३ साली दाखल झाले, त्या वेळी व त्यानंतर दसरा चौक-परिसरात महाराज विविध जातींच्या मुलांकरिता वेगवेगळी वसतिगृहे उघडीत गेले. नुसती वसतिगृहे त्यांनी उघडली असे नव्हे तर प्रत्येक वसतिगृहासाठी त्यांनी शेकडो एकर जमिनी व इमारती इनाम दिल्या. त्यातून मिळणारे उत्पन्न हे त्या त्या वसतिगृहास वरदानच ठरले. तसेच मिस क्लार्क होस्टेल उद्‌घाटन समारंभास हजर राहिल्याबाबत लठ्ठे यांनी जरी भाऊरावांना वसतिगृहाबाहेर काढले, तरी त्यामुळे भाऊरावांचा राजवाड्यात प्रवेश झाला हे त्यांचे केवढे भाग्य! त्यामुळे त्यांना महाराजांचे कार्य बारकाईने पाहता आले व त्यातून त्यांना खूप शिकताही आले.

महाराजांची स्वभाववैशिष्ट्ये भाऊरावांना जवळून पाहावयास मिळाली आणि ती त्यांच्या तैलबुद्धीने टिपून आत्मसात केली. पुढे 'रयत शिक्षण

संस्था' नावारूपास आणताना त्यांना या सर्व उदाहरणांचा कितीतरी उपयोग झाला असेल बरे! अशी गुरू-शिष्यांची जोडी फार दुर्मिळच म्हणावी लागेल.

राजर्षी शाहू महाराजांची आधुनिक महाराष्ट्राला सर्वोत्कृष्ट देणगी म्हणजे, कर्मवीर भाऊराव पाटील हे होते. म्हणूनच या अलौकिक गुरू-शिष्यांना लागू होणाऱ्या John Drinkwater यांच्या कवनाने हा लांबलेला लेख पुरा करतो.

'When the high heart we magnify,
And the sure vision celebrate,
And worship greatness passing by
Ourselves are great!'

थोर इतिहासकार सर जदुनाथ सरकार यांनी बऱ्याच वर्षांपूर्वी महाराष्ट्रात शिवछत्रपतींच्यावर दोन भाषणे दिली होती. त्यात त्यांनी महापुरुषांची तीन प्रमुख लक्षणे सांगितली होती.

१) महापुरुष अत्यंत उदात्त व थोर असे ध्येय निवडतो व त्याकरिता खपतो.

२) त्या ध्येयासिद्ध्यर्थ तो निष्ठावान कार्यकर्त्यांची एक अभेद्य फळी निर्माण करतो.

३) या निष्ठावान कार्यकर्त्यांच्या हृदयात त्या थोर ध्येयासाठी प्रसंग पडल्यास बलिदानाची प्रेरणा निर्माण करतो.

छ. शाहू महाराज, कर्मवीर भाऊराव पाटील या दोन महामानवांना आपण या तीन कसोट्या लावून पाहा. त्यांना त्या चपखल बसतात. भगवान गौतम बुद्ध, सॉक्रेटिस, येशू ख्रिस्त, शिवछत्रपती, छ. शाहू महाराज, गाडगे महाराज, महात्मा गांधी, कर्मवीर भाऊराव पाटील हे या कसोटीतील महामानव होते. अशा त्यांच्या काळातच जन्मणे हे खरे भाग्य आहे. त्यांचे विचार समजून घेणे हे दुप्पट भाग्य व त्यांच्या ध्येयासाठी, ध्येयाकरिता आपण स्वतःस सर्वस्वी झोकून देणे हे तिप्पट भाग्य. सदर लेख वाचून जर कोणास अशी प्रेरणा मिळाली, तर ते एक 'स्वर्गीय आनंदाचे निधान' ठरेल.

❖

राजर्षी शाहू छत्रपतींच्या जीवनकार्यावरील लेखसंग्रह

राजर्षी
शाहू छत्रपती
एक मागोवा

डॉ. जयसिंगराव भाऊसाहेब पवार

महाराष्ट्राच्या इतिहासावर अधिकार असलेले एक ज्येष्ठ इतिहास संशोधक म्हणून डॉ. जयसिंगराव पवार यांची ख्याती आहे. मराठ्यांच्या इतिहासातील छत्रपती संभाजी, छत्रपती राजाराम व महाराणी ताराबाई या त्रयीची कारकीर्द व आधुनिक महाराष्ट्रातील म.फुले, राजर्षी शाहू व डॉ. आंबेडकर या त्रयीची कामगिरी हे त्यांचे खास संशोधनाचे विषय आहेत.

गेली चार दशके डॉ. पवार यांनी इतिहास संशोधन व लेखन या कार्यास स्वतःला वाहून घेतले असून त्यांचे आजवर तीसहून अधिक इतिहासविषयक ग्रंथ, चाळीसहून अधिक शोधनिबंध प्रकाशित झाले आहेत. त्यांनी संपादित केलेला 'राजर्षी शाहू स्मारक ग्रंथ' हा त्रिखंडात्मक ग्रंथराज म्हणजे परिवर्तनशील महाराष्ट्राला त्यांनी अर्पण केलेला नजराणाच आहे.

डॉ. पवार यांनी कोल्हापुरात स्थापन केलेली 'महाराष्ट्र इतिहास प्रबोधिनी' ही द.महाराष्ट्रातील अग्रेसर इतिहास संस्था असून, तिच्या माध्यमातून त्यांचे इतिहास संशोधन व समाजप्रबोधन हे कार्य सातत्याने चालू असते. त्यातून सामान्यांतही इतिहासाची जाण व रुची निर्माण करण्यात ते यशस्वी झाले आहेत.

प्रस्तुतचा ग्रंथ म्हणजे शाहू महाराजांसारख्या नितांत थोर समाजउद्धारकाच्या चरित्रास नवा आयाम देणाऱ्या लेखांचा संग्रह आहे.